国家外语非通用语种本科人才培养基地教材

XINBIAN TAIGUOYU
KOUYU JIAOCHENG

新编泰国语
口语教程

【下册】

主　编：游辉彩
巴倪迪·坤萨翁（ปณิธิ หุ่นแสวง）
副主编：覃秀红
编写者：游辉彩　覃秀红　黎春晓　全莉　黄钰惠
巴倪迪·坤萨翁（ปณิธิ หุ่นแสวง）
甘乍娜·本纳（กาญจนา บุนนาค）
亚帕·柳乍仁猜（ยาภา ลิ่วเจริญชัย）

U0137512

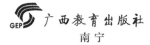

GEP 广西教育出版社
南宁

目　录

บทที่ ๑๕ โรงเรียนและมหาวิทยาลัย
第十五课　学校

รูปประโยคพื้นฐาน 基本句型

...เรียนที่ไหน	……在哪里学习？
...เรียน(เอก)อะไร	……学什么（专业）？
...หมายความว่าอะไร	……是什么意思？
คิดไม่ถึงว่า...	没想到……
เรียนต่อ...	继续读/深造……
เรียนจบในระดับ...	……（文凭等级）毕业

ประโยคทั่วไป 常用句子

คุณเรียนอะไรมา	你学过什么？
คุณเรียนอยู่ปีไหน	你读大学几年级？
อีกกี่ปีคุณจะเรียนจบ	你还有几年才毕业？
คุณจบมหาวิทยาลัยไหน	你是哪所大学毕业的？
คุณเรียนจบแล้วจะทำอะไร	你毕业后准备做什么？
คำนี้สะกดอย่างไรครับ	这个词怎么拼写？
กรุณาพูดอีกครั้งได้ไหมครับ	请再说一遍可以吗？

กรุณาพูดช้า ๆ และเสียงดังหน่อยได้ไหมคะ
请说慢一点并且大声一点可以吗？

ฉันเรียนมัธยมศึกษาตอนต้น	我在念初中。
ฉันเป็นนักเรียนระดับมัธยมศึกษาตอนปลาย	我是高中生。
ฉันกลัวจะสอบสู้คนอื่นไม่ได้	我怕考不过别人。

ดิฉันสอบเข้ามหาวิทยาลัยชนชาติกว่างซี 我考上了广西民族大学。
ฉันเรียนอยู่ปี ๑ เป็นน้องใหม่ 我读大学一年级，是新生。
เขาเป็นนักศึกษารุ่น ๒๕๕๗ 他是2557级的学生。
เรียนให้ครบ ๖๘ หน่วยกิตก็จะได้รับประกาศนียบัตร
修满69个学分就能获得毕业证书。

ค่าหน่วยกิตคือหน่วยกิตละ ๑,๐๐๐ บาท 学费是每个学分1,000铢。
วันนี้มีวิชาการเขียนสองคาบและวิชาการอ่านสามคาบ
今天有两节写作课和三节阅读课。

วิชาระบบเสียงภาษาไทยเป็นวิชาบังคับ ไม่ใช่วิชาเลือก
泰语语音课是必修课，不是选修课。

กรุณาเปิดหน้าที่ ๓๑ ค่ะ 请翻开31页。
กรุณาแปลย่อหน้านี้เป็นภาษาไทยค่ะ 请把这段话翻译成泰语。
เมื่อวานเราสอบเสร็จเรียบร้อยแล้ว 昨天我们考完试了。
การเรียนภาษาจีนเป็นที่นิยมมากในประเทศไทย 汉语学习在泰国很热门。
นักศึกษาแลกเปลี่ยนจีนที่ไปเรียนภาษาไทยในประเทศไทยมีจำนวนเพิ่มขึ้นทุกปี
到泰国学习泰语的中国交换生在逐年增加。

ต้องทำการบ้านและแบบฝึกหัดให้ครบจึงจะมีคะแนนเก็บดี
要完成作业和练习才能获得好成绩。

ผมกำลังทำวิทยานิพนธ์อยู่ 我正在写毕业论文。
ฉันเพิ่งจะเรียนจบ ยังไม่มีงานทำ 我刚毕业，还没有工作。
ผมจบ ม. ๖ จะไปเรียนต่อที่เมืองนอก 我高三毕业准备去国外留学。
ดิฉันสนใจภาษาและวัฒนธรรมไทยมาก 我对泰国的语言文化很感兴趣。
ผมได้ทุนไปเรียนต่อต่างประเทศ 我获得奖学金去国外留学。
ผมส่งใบสมัครไปเรียนต่อที่อเมริกาเรียบร้อย กำลังรอคำตอบ
我递交了去美国留学的申请，正在等答复。

ผมต้องขอวีซ่านักเรียนที่สถานทูตไทย 我要到泰国使馆申请学生签证。
คุณสามารถติดต่อทางมหาวิทยาลัยและสมัครทางอินเทอร์เน็ตได้

你可以在网上联系学校报名。

ปีนี้มหาวิทยาลัยรับสมัครนักศึกษาต่างชาติ ๗๘ คน

今年学校招收了78名外国学生。

การสนทนา 情景对话

บทสนทนาที่ ๑ การเล่าเรียน
会话1 学习

（เพื่อนถามถึงการเรียนของหลินหง）

（朋友问林宏的学习情况。）

ก：หลินหงคุณเรียนหนังสือที่ไหนคะ

甲：林宏你在哪里读书？

ข：ผมเรียนที่กว่างซีครับ

乙：我在广西读书。

ก：เรียนเอกอะไรคะ

甲：学什么专业？

ข：ผมเป็นนักศึกษาเอกภาษาไทยครับ

乙：我是泰语专业的学生。

ก：ทำไมคุณเลือกเรียนภาษาไทยคะ

甲：你为什么选择学泰语？

ข：ผมอยากรู้จักเมืองไทยครับ

乙：我想了解泰国。

ก：เรียนนานหรือยัง

甲：你学很久了吗？

ข：ผมเรียนมาสองปีแล้ว เป็นนักศึกษาปี ๒

乙：我学了两年，是大二的学生。

ก：พูดไทยชัดมาก เรียนแค่สองปี แล้วพูดได้คล่องขนาดนี้

甲：泰语说得很清晰，才学了两年就说得这么流利了。

ข：เราเรียนด้วยความตั้งใจจริง อาจารย์มีประสบการณ์ในการเรียนการ

สอนสูงมาก

乙：我们认真学习，老师在教学上很有经验。

ก：ภาควิชาภาษาไทยอยู่คณะไหนคะ

甲：泰语系在哪个学院?

ข：คณะภาษาและวัฒนธรรมเอเชียตะวันออกเฉียงใต้ครับ

乙：东南亚语言文化学院。

ก：ชั้นเรียนภาษาไทยคุณมีนักศึกษากี่คนคะ

甲：泰语班有多少个学生?

ข：๒๕ คนครับ นักศึกษาหลายคนมาจากต่างมณฑล

乙：25个，很多学生来自不同的省份。

บทสนทนาที่ ๒ ในห้องเรียน
会话2　　　在课堂

（ในห้องเรียน หลินหงซักถามข้อสงสัยกับอาจารย์คนไทย）

（林宏在课堂上向泰国老师提问。）

ก：มีอะไรจะถามครูอีกไหม

甲：还有什么问题要问老师吗?

ข：อาจารย์ครับ คำนี้อ่านว่า กำ - เนิด ถูกไหมครับ

乙：老师，这个词发 กำ - เนิด 的音对吗?

ก：คำนี้ออกเสียง กำ - เหนิด นะคะ

甲：这个词发 กำ - เหนิด。

ข：กำเนิดหมายความว่าอะไรครับ

乙：是什么意思?

ก : คำว่า กำเนิด ถ้าทำหน้าที่เป็นคำนามหมายถึงการเกิด ถ้าทำหน้าที่เป็นคำกริยา
หมายถึงเกิดหรือมีขึ้น

甲 : กำเนิด 作名词时，是"出生，出身"的意思，กำเนิด 作动词
时，是"生产，起源"的意思。

ข : ช่วยยกตัวอย่างหน่อยได้ไหมครับ

乙 : 举个例子可以吗？

ก : ได้ค่ะ ถ้าพูดประโยคว่า บิดามารดาเป็นผู้ให้กำเนิดแก่บุตร คำว่า กำเนิด
จะเป็นคำนาม ถ้าพูดประโยคว่า ตัวอักษรโบราณของจีนกำเนิดจากเจี่ย
กู่เหวิน กำเนิดจะเป็นคำกริยา

甲 : 可以。如果说"父母亲是给予孩子生命的人"，กำเนิด 是做名
词。如果说"中国古代文字起源于甲骨文"，กำเนิด 是做动词。

ข : ผมเข้าใจแล้วครับ

乙 : 我明白了。

ก : ดีมากค่ะ เดี๋ยวให้นักศึกษาใช้คำนี้มาแต่งประโยคและเขียนบนกระดาน
ดำด้วยนะคะ

甲 : 很好，一会儿让同学用这个词来造句，并写在黑板上。

บทสนทนาที่ ๓　การศึกษาในมหาวิทยาลัย
会话3　　　大学教育

(นักศึกษามหาวิทยาลัยชนชาติกว่างซีแนะนำการศึกษาในมหาวิทยาลัยให้
เพื่อนฟัง)

（广西民族大学的学生向朋友介绍学校的教育情况。）

ก : ช่วยแนะนำมหาวิทยาลัยของคุณหน่อยได้ไหมครับ

甲 : 可以介绍一下你的大学吗？

ข : ได้ค่ะ มหาวิทยาลัยชนชาติกว่างซีตั้งอยู่บริเวณชานเมืองของหนานหนิง
ในมหาวิทยาลัยมีทะเลสาบและมีทิวทัศน์ที่สวยงาม

乙：好的，广西民族大学位于南宁的郊区，校园内有湖，景色非常
美丽。

ก：มหาวิทยาลัยฯ มีกี่คณะครับ
甲：学校有几个学院？

ข：มีทั้งหมด ๒๖ คณะ มีทั้งระดับปริญญาตรี ปริญญาโท และปริญญาเอก
乙：共有26个学院，包括本科、硕士和博士层次的教育。

ก：คิดไม่ถึงว่าจะเป็นมหาวิทยาลัยสหวิทยาการที่ใหญ่ขนาดนี้
甲：没想到是一所规模这么大的综合学科型学校。

ข：ค่ะ เพื่อตอบสนองความต้องการของการพัฒนาเศรษฐกิจและสังคม
ทางมหาวิทยาลัยฯ ผลิตบัณฑิตที่มีความรู้ และความสามารถในการทำงาน
ระหว่างประเทศได้เป็นจำนวนมาก
乙：是的，为了满足经济和社会发展的需求，学校培养了许多有知
识和能力的跨国人才。

ก：ภาษาในเอเชียตะวันออกเฉียงใต้เปิดสอนภาษาอะไรบ้างครับ
甲：东南亚语种中开设有哪些语种呢？

ข：ปัจจุบันมีสาขาวิชาภาษาเวียดนาม ภาษาลาว ภาษาไทย ภาษากัมพูชา
ภาษาพม่า ภาษาอินโดนีเซีย และภาษามาเลเซีย ทั้งหมด ๗ ภาษา
乙：目前有越南语、老语、泰语、柬语、缅语、印尼语和马来语，
共7个语种专业。

ก：มีสาขาวิชาภาษามากเลยนะครับ มหาวิทยาลัยฯ ให้ความสำคัญต่อสาขาวิชา
เหล่านี้มากใช่ไหม
甲：有很多语种专业，学校对这些专业很重视是吗？

ข：ใช่ค่ะ เพื่อพัฒนาการเรียนการสอน ทางมหาวิทยาลัยฯ ได้สร้าง
ศูนย์ข้อมูลต่าง ๆ
乙：是的，为了发展教学，学校设立了各种资料中心。

ก：มีศูนย์อะไรบ้างครับ
甲：有哪些中心？

ข : ศูนย์ข้อมูลภาษาไทยสิรินธรและศูนย์ข้อมูลอาเซียนซึ่งมีหนังสือ หนังสือพิมพ์ วารสารหลาย ๆ ชนิด

乙：诗琳通公主泰语资料室和东盟资料中心，有许多种类的书籍、报纸和杂志。

บทสนทนาที่ ๔　การเรียนต่อที่ประเทศไทย
会话4　　　　留学泰国

(ที่ศูนย์แนะแนวการศึกษาต่อต่างประเทศ นักศึกษาคนหนึ่งกำลังสอบ ถามเรื่องการเรียนต่อที่ประเทศไทย)

（一名学生正在留学指导中心咨询留学泰国的情况。）

ก : ผมสนใจเรียนต่อปริญญาโทที่ประเทศไทย ไม่ทราบว่าการเรียนต่อที่ ประเทศไทยมีเงื่อนไขอะไรบ้างครับ

甲：我有兴趣到泰国读研究生，不知道留学泰国需要哪些条件呢？

ข : คุณสำเร็จการศึกษาระดับปริญญาตรีหรือยังคะ จะเลือกเรียนมหาวิทยาลัยไหนคะ

乙：你本科毕业了吗？要选择哪个学校读书呢？

ก : ผมเรียนจบในระดับปริญญาตรีแล้วครับ อยากสมัครเรียนสาขาวิชา ภาษาไทยที่มหาวิทยาลัยเชียงใหม่ครับ

甲：我本科毕业了，想申请就读清迈大学的泰语专业。

ข : สาขาวิชาภาษาไทยเป็นหลักสูตรปริญญาโท ๒ ปี

乙：泰语专业硕士是两年制的。

ก : ผมต้องเตรียมเอกสารอะไรบ้างครับ

甲：我要准备哪些材料？

ข : ผู้สมัครต้องเตรียมประวัติย่อส่วนตัว ปริญญาบัตร แบบฟอร์มการสมัคร เรียนและหนังสือเดินทางค่ะ

乙：申请人要准备个人简历、学位证书、申请入学表格以及护照。

ก : ค่าเล่าเรียนเท่าไรครับ

甲：学费多少钱？

ข：ภาคการศึกษาละ ๔๐,๐๐๐ บาท นักศึกษาต่างชาติต้องชำระค่าธรรมเนียมเพิ่มเติม

乙：每学期4万泰铢，外国学生要加收手续费。

ก：ต้องสอบเอ็นทรานซ์ไหมครับ

甲：要考入学试吗？

ข：เมื่อตรวจเอกสารเสร็จแล้ว ทางมหาวิทยาลัยจะประกาศรายชื่อผู้มีสิทธิ์สอบ ดังนั้นคุณต้องผ่านการสอบเอ็นทรานซ์และสัมภาษณ์ด้วย

乙：校方审查完材料后，会公布有资格考试的考生名单，因此你还要通过入学考试和面试。

ก：การเรียนยากไหมครับ

甲：学习难吗？

ข：ต้องขยันและตั้งใจเรียนมาก ๆ แต่เรียนต่อปริญญาโทที่ประเทศไทยไม่ใช่เรื่องยากอย่างที่คิดนะคะ

乙：要非常勤奋和努力，但是到泰国读研不是想象中那么难。

ก：ครับ ขอบคุณที่ให้คำแนะนำอย่างละเอียดครับ

甲：好的，谢谢你的详细介绍。

คำศัพท์ 词汇表

สะกด 拼写

หน่วยกิต 学分

วิชาบังคับ 必修课

ย่อหน้า 段落

แบบฝึกหัด 练习

วิทยานิพนธ์ 论文

สมัคร 申请

มัธยมศึกษา 中等教育

ประกาศนียบัตร 毕业证书

วิชาเลือก 选修课

การบ้าน 作业

คะแนน 分数

ทุน 基金，资金

คำตอบ 答复

สถานทูต 使馆
ชัด 清楚
การเรียนการสอน 教学
ซักถาม 提问，询问
ออกเสียง 发音
คำกริยา 动词
กระดานดำ 黑板
ทะเลสาบ 湖
ปริญญาโท 硕士
สหวิทยาการ 综合学科
เศรษฐกิจ 经济
กัมภูชา 柬埔寨
หนังสือพิมพ์ 报纸
หลักสูตร 课程；学制
ปริญญาบัตร 学位证书
ภาค 学期
ประกาศ 公布
สิทธิ์ 权利
เอก 专门
คล่อง 流利
ห้องเรียน 教室
กำเนิด 出生，生产
คำนาม 名词
แต่งประโยค 造句
ชานเมือง 市郊，郊区
ปริญญาตรี 学士
ปริญญาเอก 博士
ตอบสนอง 满足
บัณฑิต 学士
พม่า 缅甸
วารสาร 杂志
ประวัติย่อส่วนตัว 个人简历
ค่าเล่าเรียน 学费
สอบเอ็นทรานซ์ 入学考试
รายชื่อ 名单
สอบสัมภาษณ์ 面试

ข้อสังเกต 注释

1. ตั้งใจ 是个多义词，用法如下：

（1）动词，表示“打算，立志，决心”的意思。例如：

เขาตั้งใจจะพาลูกไปเที่ยวปักกิ่งอาทิตย์นี้
他打算这个星期带孩子去北京旅游。

ฉันตั้งใจจะเป็นครู 我立志做老师。

（2）副词，表示“认真，专心”的意思。例如：

ผมตั้งใจทำงานเพื่ออนาคต　为了将来，我认真工作。

น้องตั้งใจอ่านหนังสือทบทวนบทเรียน　妹妹专心看书，复习课文。

表示“故意，有意，存心”的意思。例如：

ฉันไม่ได้ตั้งใจทำให้เธอผิดหวัง　我不是故意让她失望的。

เด็กดื้อโดยไม่ตั้งใจ　孩子不是有意调皮的。

2. เพื่อ 介词，用来表示动作的目的，表示“为，为了”和“以便，以供”的意思。例如：

พ่อแม่ทำงานเพื่อลูก　父母为了孩子而工作。

ดิฉันทำบันทึกเพื่อกันลืม　我做记录备忘。

3. จบ 是指事情“终止，结束，完”的意思。例如：

หนังสือเล่มนี้คุณอ่านจบหรือยัง　这本书你看完了吗？

กรุณาฟังผมพูดให้จบ　请你听我说完。

คำศัพท์เพิ่มเติม　补充词汇

ทักษะ　技能

บทเรียน　课文

ไวยากรณ์　语法

เรียงความ　写作

วิจัย　研究

เบื้องต้น　初级

ประถม　小学

มัธยมปลาย　高中

อาชีวศึกษา　职业教育

โรงเรียนเอกชน　私立学校

นักศึกษาใหม่　新生

คำศัพท์　词汇

เนื้อหา　内容

ท่อง　背诵

รายงาน　报告

พื้นฐาน　基础

อนุบาล　幼儿园

มัธยมต้น　初中

วิทยาลัย　学院

โรงเรียนรัฐบาล　公立学校

เยาวชน　青少年

ลูกศิษย์　学生，学徒

ศาสตราจารย์　教授
อบรม　培训
หนีเรียน　逃学
สอบซ่อม　补考
สอบคัดเลือก　选拔考试
สอบผ่าน　通过考试
สอบข้อเขียน　笔试
เกรด(grade)　等，级
ปานกลาง　中等
ดีเด่น　优秀，优异
ลงทะเบียน　注册
เก็บหน่วยกิต　修学分
เข้าเรียน　入学，上课
ปิดเทอม　放假
คัดชื่อออก　开除
สอบกลางภาค　期中考试
ภาคต้น　上（半）学期
ฝึกงาน　实习
บรรยาย　讲授；解释，说明
เข้มงวด　严格
อาจารย์ที่ปรึกษา　指导老师
ขึ้นใจ　（记）牢
ขาดสอบ　缺考
ติวเข้ามหาวิทยาลัย　补习考大学
สอบชิงทุน　考奖学金
สอบตก　考不及格，落榜
สอบปากเปล่า　口试
ผลการเรียน　学习成绩
คะแนนดี　成绩好
เปิดเทอม　开学
ลงวิชา　选课
วิชาเอก　主科，主课
เลิกเรียน　放学，下课
ปิดภาค　放假
ขอสอบ　申请考试
สอบปลายภาค　期末考试
ภาคปลาย　下（半）学期
เช็คชื่อ　点名
ถ่ายทอด　传播
ชอล์ก(chalk)　粉笔

รูปประโยคเพิ่มเติม　句型拓展

อยากเรียน...　想学……
กำลังเรียน...　正在学……
จะ...ก็ตาม...　无论……都……
จบ...มา　毕业于……

พูด...ได้　　会说……（语言）
...เป็นอย่างดี　　……得很好
เวลา...ก็...　　一……就……

แบบฝึกหัด 练习

一、根据中文意思完成下列填空。

1. คุณเรียน__________________เมื่อไร
   你什么时候毕业？
2. ดิฉันเรียน__________________ภาษาอังกฤษ
   我学英语专业。
3. อาจารย์ช่วย__________________ประโยคนี้หน่อยได้ไหมครับ
   老师帮解释一下这句话可以吗？
4. ผมเรียนที่__________________มนุษยศาสตร์
   我在人类学学院学习。
5. เธอสัญญาว่าจะ____________เรียน____________เป็นหมอ
   为了成为医生，她许诺认真学习。

二、用泰语表达下列句子。

1. 我准备去泰国留学。
2. 今天我有三节课。
3. 学校开设了哪些课程？
4. 我是2014级的学生。
5. 我正在读语言学硕士。
6. 想到中国留学吗？
7. 师兄（姐）把师弟（妹）照顾得很好。
8. 一个学期要修12个学分。
9. 英语系在外国语学院。

10.你为什么选择学中文？

三、用泰语模拟下列情景进行对话。

1.用泰语谈论学习情况。

2.用泰语谈论校园生活。

3.用泰语谈论留学中国或泰国的情况。

ความรู้ที่เกี่ยวข้อง **常识**

1. 泰国的学校系统均为3-6-3-3结构，泰国的教育实行十五年制义务教育制度（从幼儿园到高中属于义务教育阶段）。中小学教育为12年制，即小学6年，初中3年，高中3年。大学一般为4年制。高等教育文凭包括专科学位、学士学位、硕士学位和博士学位。为了中泰两国学生在彼此国家进一步学习、深造，中华人民共和国教育部与泰王国教育部已签署了关于相互承认高等教育学历和学位的协定，到泰国学习的学生可以拿到两国都认可的文凭。

2.泰国部分高等院校

จุฬาลงกรณ์มหาวิทยาลัย	朱拉隆功大学	มหาวิทยาลัยธรรมศาสตร์	法政大学
มหาวิทยาลัยเกษตรศาสตร์	农业大学	มหาวิทยาลัยมหิดล	玛希顿大学
มหาวิทยาลัยเชียงใหม่	清迈大学	มหาวิทยาลัยศิลปากร	艺术大学
มหาวิทยาลัยศรีนครินทรวิโรฒ	诗纳卡琳威洛大学		
มหาวิทยาลัยรามคำแหง	兰甘亨大学	มหาวิทยาลัยอัสสัมชัญ	易三仓大学
มหาวิทยาลัยหอการค้าไทย	泰国商会大学	มหาวิทยาลัยธุรกิจบัณฑิตย์	博仁大学
มหาวิทยาลัยบูรพา	东方大学	มหาวิทยาลัยนเรศวร	纳瑞宣大学
มหาวิทยาลัยมหาสารคาม	玛哈沙拉坎大学		
มหาวิทยาลัยแม่ฟ้าหลวง	皇太后大学	มหาวิทยาลัยขอนแก่น	孔敬大学

บทที่ ๑๖ กีฬา
第十六课 体育

รูปประโยคพื้นฐาน 基本句型

ผมชอบเล่น/ตี...	我喜欢打……
...บ่อย	经常……
เล่น...เป็น/ไม่เป็น	会/不会打……
ใคร...เก่งกว่ากัน	谁……更棒
...ชนะ/แพ้...	……赢/输……
...ตกรอบ	……被淘汰
ได้รับ...	获得……（奖）
...ต่อ...	……比……

ประโยคทั่วไป 常用句子

คุณชอบเล่นกีฬาอะไร	你喜欢什么运动?
คุณไปว่ายน้ำบ่อยไหมครับ	你经常去游泳吗?
คุณเล่นกอล์ฟเป็นหรือเปล่า	你会打高尔夫球吗?
เคยไปดูการแข่งขันตะกร้อไหมครับ	看过藤球比赛吗?
ใครตีแบดมินตันเก่งกว่ากัน	谁打羽毛球更棒?
ผลการแข่งขันเป็นอย่างไรบ้าง	比赛结果如何?
งานกีฬาโอลิมปิกครั้งต่อไปจะจัดที่เมืองไหนครับ	
下一届奥运会在哪个城市举办?	
เจตนารมณ์ของกีฬาโอลิมปิกคืออะไรครับ	奥运会的精神是什么?
ผมฝึกโยคะทุกสัปดาห์	我每周都练瑜伽。

การเล่นบอลลมสนุกจริง ๆ ค่ะ　　　打气排球真好玩！

คุณคำสินแพ้คุณสมรักษ์　　　坎信输给了颂乐。

เมื่อวานผมไปดูการชกมวย　　　昨天我去看拳击了。

เสมอกัน　　　平局。

คุณคำสินตกรอบการแข่งขันครั้งนี้　　　这次比赛坎信被淘汰了。

เขาได้รับเหรียญทองจากการแข่งขันฟันดาบ　　　他获得了击剑比赛的金牌。

ทีมเราชนะคู่แข่ง ๒ ต่อ ๐ เซต　　　我们队以2：0战胜了对手。

ผมออกกำลังกายสม่ำเสมอ　　　我坚持锻炼身体。

ต้องอบอุ่นร่างกายก่อนออกกำลังกายนะคะ　　　运动前要先热身。

ว่ายน้ำช่วยลดน้ำหนักได้มากครับ　　　游泳对减肥很有帮助。

ผมกำลังยืดเส้นยืดสายอยู่ครับ　　　我正在舒展筋骨。

กายบริหารตอนเช้า ๆ ดีนะครับ ร่างกายสดชื่น

做早操身体好，精神舒畅。

การแข่งขันกระโดดน้ำจะเริ่ม ๑๕.๐๐ น.　　　跳水比赛将于15：00开始。

เขาเข้าแข่งขันกีฬาระดับนานาชาติบ่อย ๆ

他经常参加国际性的体育比赛。

วัตถุประสงค์สำคัญของกีฬาโอลิมปิกคือ สันติภาพ มิตรภาพ ความก้าวหน้า

奥运会的主要宗旨是"和平、友谊、进步"。

🎧 ▌▌ **การสนทนา　情景对话** ▌▌

บทสนทนาที่ ๑　ฟิตเนส
会话1　　　健身

(คุณหลี่กับคุณหยังคุยกันที่ห้องฟิตเนส)
（李先生与杨先生在健身房闲聊。）

ก：คุณมาออกกำลังกายที่นี่บ่อยไหมครับ

甲：你经常来这儿运动吗？

ข：บ่อยครับ ผมมาหลังเลิกงานทุกวัน ผมเป็นสมาชิกที่นี่

乙：是的，我每天下班后都会来，我是这里的会员。

ก：ผมก็เพิ่งสมัครเป็นสมาชิก มาวันนี้วันแรกครับ คุณคิดว่าฟิตเนสที่นี่
ดีไหมครับ

甲：我刚成为会员，今天是第一天来。你觉得在这儿健身好吗？

ข：ก็ดีนะครับ ที่นี่คนไม่ค่อยเยอะ เครื่องเล่นก็มีหลากหลาย เช่น ลู่วิ่งไฟฟ้า
ดัมเบล เครื่องสเต็ปเปอร์ นอกจากนั้นแล้วยังมีโยคะ ระบำลาตินและแอโรบิก

乙：好啊！这儿人不太多，健身器材种类挺多的，如：跑步机、哑
铃、台阶器。此外，还有瑜伽、拉丁舞、健美操。

ก：ปกติคุณชอบเล่นกีฬาประเภทไหนครับ

甲：你平时喜欢哪种运动？

ข：ผมชอบหมดครับ ทุกครั้งที่มาฟิตเนส ผมต้องวิ่ง ๒๐ นาทีก่อน แล้วค่อย
เล่นกีฬาอื่น

乙：我都喜欢。每次来健身，我都会先跑20分钟，然后再做别的运
动。

ก：ผมชอบว่ายน้ำและโยคะครับ เพราะว่าว่ายน้ำช่วยลดน้ำหนักได้มาก
ส่วนโยคะนั้นได้ฝึกทั้งร่างกายและจิตใจ

甲：我喜欢游泳和瑜伽，因为游泳有助于减肥，而练瑜伽的话，身
心都得到释放。

ข：ใช่ครับ แต่เราต้องอบอุ่นร่างกายก่อนออกกำลังกายนะ

乙：是的，但运动前要先热身。

ก：คุณออกกำลังกายท่านี้จะมีประโยชน์อย่างไรครับ

甲：你现在练的这个姿势，有什么好处呢？

ข：อ๋อ ช่วยบริหารหน้าท้อง แต่อย่าหักโหม

乙：噢，它可以锻炼腹部，但不要过于激烈。

ก：ใช่ครับ และต้องระวังอย่าเล่นผิดท่าด้วย ไม่งั้นกล้ามเนื้อจะอักเสบ

甲：是的，而且还要注意姿势正确，不然会造成肌肉发炎。

บทสนทนาที่ ๒ มวยไทยและกังฟูจีน
会话2　　　泰拳和中国功夫

(คุณธงชายกับคุณสมศักดิ์คุยกันเรื่องมวยไทยกับกังฟูจีน)

（通猜先生与颂萨先生谈论泰拳和中国功夫。）

ก：วันเสาร์อาทิตย์คุณไปเที่ยวที่ไหนมาบ้างครับ

甲：周末你去哪儿玩了吗？

ข：ผมไปดูการชกมวย คุณสมรักษ์ต่อยกับคุณคำสิน

乙：我去看拳击比赛了，颂乐对坎信。

ก：แล้วผลเป็นอย่างไร

甲：比赛结果如何？

ข：คำสินแพ้สมรักษ์ ยกแรก ๆ คำสินทำได้ดีมาก แต่ยกหลัง ๆ สมรักษ์
ทำได้ดีกว่า

乙：坎信输给了颂乐。前几个回合坎信发挥得很好，但后面几个回
合颂乐发挥得好些。

ก：อ้าว ไม่น่าเชื่อเลยว่าคำสินตกรอบ ผมนึกว่าคำสินจะชนะเสียอีก

甲：唉，真不敢相信坎信被淘汰了，我以为坎信会赢。

ข：สนใจมวยไทยด้วยหรือ

乙：你对泰拳也感兴趣吗？

ก：แน่นอนอยู่แล้วครับ ทีแรกก็อยากไปดูด้วย แต่งานเยอะ เลยไปไม่ได้

甲：当然。本来我也想去看，但太多工作要做，去不了。

ข：ปกติคุณก็ดูมวยบ่อยไหมครับ

乙：平时你也经常看泰拳比赛吗？

ก：ผมชอบดูมวยมาก โดยเฉพาะมวยไทยแข่งกับกังฟูจีน เยี่ยมมากเลยครับ

甲：我很喜欢看泰拳比赛，特别是泰拳与中国功夫比赛，很精彩！

ข : จริงหรือครับ มวยไทยกับกังฟูจีนแตกต่างกันยังไงครับ

乙：是吗？泰拳与中国功夫两者有什么区别？

ก : มวยไทยใช้ศอกและเข่าเป็นอาวุธ ส่วนกังฟูจีนใช้กำปั้นและเท้า

甲：泰拳主要用肘、膝盖进行攻击，而中国功夫则用拳头和脚。

ข : ใครเก่งกว่ากัน

乙：哪个更厉害？

ก : พอ ๆ กันครับ

甲：势均力敌。

ข : จริงหรือครับ งั้นคราวหน้าคุณต้องชวนผมไปด้วยนะ

乙：真的吗？下次你要叫上我一起去看。

ก : โอเคครับ

甲：OK。

บทสนทนาที่ ๓ การแข่งขันฟุตบอล
会话3   足球比赛

(คุณหลินกับคุณซูพูดคุยเรื่องฟุตบอล)

（林先生与苏先生谈论足球。）

ก : ชอบดูกีฬาถ่ายทอดสดทางโทรทัศน์ไหมครับ

甲：你喜欢看体育赛事电视直播吗？

ข : ชอบครับ โดยเฉพาะฟุตบอล

乙：喜欢，尤其是足球比赛。

ก : เมื่อคืนดูการถ่ายทอดแมนยูกับลิเวอร์พูลหรือเปล่า

甲：昨晚看了曼联队对阵利物浦队那场比赛了吗？

ข : ดูสิครับ มันจริง ๆ ผมเชียร์แมนยู ไม่ผิดหวังเลย

乙：看了呀，很精彩！我支持曼联队，果然没有令我失望。

ก : แมนยูชนะลิเวอร์พูล ๒ ต่อ ๑ แมนยูเก่งมาก แต่ลิเวอร์พูลก็เตะได้ไม่เลว

เลยนะ

甲：曼联队2：1战胜了利物浦队。曼联队真厉害，但利物浦队也踢得不错哦。

ข：ใช่ครับ ตอนแรกผมยังคาดว่าแมนยูเสมอลิเวอร์พูล ๒ ต่อ ๒

乙：是的。起初我还预测曼联队2：2踢平利物浦队。

ก：เกือบจบครึ่งหลัง ลิเวอร์พูลถึงมีโอกาสยิงประตู แต่ไม่เข้า

甲: 在下半场要结束的时候, 利物浦队才有射门的机会, 但是没进球。

ข：ที่แมนยูชนะลิเวอร์พูลนั้น ก็เพราะว่ามีคุณเวย์น รูนีย์ เขาเก่งมาก

乙：曼联队之所以赢，是因为韦恩・鲁尼，他踢得很棒！

ก：คุณเป็นแฟนของรูนีย์ละสิ

甲：你是鲁尼的粉丝吧？

ข：ใช่ครับ คุณชอบนักเตะคนไหนครับ

乙：是的。你喜欢哪个球员？

ก：ผมชอบคุณเมสซี่ คริสเตียโน โรนัลโด

甲：我喜欢梅西、C罗。

บทสนทนาที่ ๔ งานกีฬาโอลิมปิก
会话4　　奥运会

(คุณจักรีกับคุณชนะกำลังคุยกันเรื่องงานกีฬาโอลิมปิก)

（扎格里和查纳正在聊奥运会。）

ก：คุณชอบดูงานกีฬาโอลิมปิกไหมครับ

甲：你喜欢看奥运会吗？

ข：เฉย ๆ บางทีก็ดู งานกีฬาโอลิมปิกครั้งต่อไปจะจัดที่เมืองไหนครับ

乙：一般般，偶尔也会看。下一届奥运会在哪个城市举办？

ก：จัดที่รีโอเดจาเนโร ประเทศบราซิลครับ

甲：在巴西的里约热内卢。

ข : งั้นหรือ แล้วงานกีฬาโอลิมปิกครั้งต่อไปเป็นงานกีฬาโอลิมปิกครั้งที่เท่า
ไรแล้วครับ

乙 : 是吗？那下一届奥运会是第几届？

ก : ครั้งที่ ๓๑ แล้วครับ

甲 : 第31届。

ข : ครั้งแรกเริ่มจากปีไหนครับ

乙 : 第一届始于哪年呢？

ก : เริ่มจากปี ค.ศ. ๑๘๙๖ จัดที่ประเทศกรีซครับ

甲 : 始于公元1896年，在希腊举办。

ข : ผมทราบว่ามีคนชอบดูกีฬาโอลิมปิกเป็นจำนวนมาก แต่ไม่ทราบว่า
วัตถุประสงค์ของการจัดกีฬาโอลิมปิกคืออะไรครับ

乙 : 我知道许多人都喜欢看奥运会，但不知道奥运会的宗旨是什
么。

ก : วัตถุประสงค์สำคัญคือ สันติภาพ มิตรภาพ ความก้าวหน้าครับ

甲 : 奥运会的主要宗旨是"和平、友谊、进步"。

ข : คุณทราบไหมครับว่ากีฬาในโอลิมปิกมีอะไรบ้าง

乙 : 你知道奥运会有些什么运动项目吗？

ก : ให้ผมคิดหน่อยนะครับ มีว่ายน้ำ กระโดดน้ำ บาสเกตบอล ฟุตบอล
แบดมินตัน ปิงปอง เทนนิส วอลเลย์บอล แฮนด์บอล ฟันดาบ ยูโด
เทควันโด ชกมวย ยกน้ำหนัก มวยปล้ำ กระโดดสูง กระโดดไกล
ยิมนาสติก กรีฑา รถจักรยาน เรือคายัค เรือยนต์ เรือใบ ยิงปืน ยิงธนู
ไตรกีฬาและปัญจกรีฑาสมัยใหม่

甲 : 让我想想……有游泳、跳水、篮球、足球、羽毛球、乒乓球、
网球、排球、手球、击剑、柔道、跆拳道、拳击、举重、摔
跤、跳高、跳远、体操、田径、自行车、皮划艇、赛艇、帆
船、射击、射箭、铁人三项和现代五项。

ข : กีฬาประเภทไหนเป็นกีฬาที่เราถนัดครับ

乙：什么项目是我们国家的强项呢?

ก：การชกมวยและการยกน้ำหนักครับ เราต้องสนับสนุนนักกีฬาของเรา
　　ทำชื่อเสียงให้แก่ประเทศชาติ

甲：拳击和举重。我们一定要支持我们的运动员为国争光。

ข：ใช่ครับ วันหน้าผมก็ต้องสนใจกีฬาโอลิมปิกให้มากกว่านี้

乙：是的，今后我也要多关注奥运会比赛。

🎧 คำศัพท์　词汇表

เล่น　打（球），玩	กีฬา　运动，体育
ว่ายน้ำ　游泳	กอล์ฟ（golf）　高尔夫球
ตะกร้อ　藤球	ตี　打
แบดมินตัน（badminton）　羽毛球	ผล　结果
งานกีฬาโอลิมปิก　奥运会	เจตนารมณ์　精神
ฝึก　练习，训练	โยคะ（yoga）　瑜伽
บอลลม　气排球	แพ้　输，败
ชกมวย　拳击	เสมอ　成平局
ตกรอบ　被淘汰	เหรียญทอง　金牌
ฟันดาบ　击剑	ทีม（team）　队，组
ชนะ　赢，胜	คู่แข่ง　对手
ต่อ　比（分）	เซต（set）　局
ลดน้ำหนัก　减肥	ยืดเส้นยืดสาย　舒展筋骨
กายบริหาร　体操；锻炼身体	กระโดดน้ำ　跳水
นานาชาติ　国际的	วัตถุประสงค์　宗旨，目的
สันติภาพ　和平	มิตรภาพ　友谊
ความก้าวหน้า　进步	ฟิตเนส（fitness）　健身
ลู่วิ่งไฟฟ้า　跑步机	ดัมเบล（dumbbell）　哑铃

เครื่องสเต็ปเปอร์　台阶器　　ระบำลาติน　拉丁舞

แอโรบิก（aerobics）健美操　　หน้าท้อง　腹部

หักโหม　激烈，过度　　กล้ามเนื้อ　肌肉

อักเสบ　炎，发炎　　มวยไทย　泰拳

กังฟู　功夫　　ต่อย　击

ยก　（拳击的）回合　　เยี่ยม　精彩

ศอก　肘　　เข่า　膝盖

อาวุธ　武器　　กำปั้น　拳头

พอกัน　势均力敌　　ฟุตบอล（football）　足球

ถ่ายทอดสด　直播　　แมนยู（Manchester United）　曼联

ลิเวอร์พูล（Liverpool）利物浦　　เชียร์（cheer）　喝彩

ยิงประตู　射门　　แฟน（fan）　粉丝

นักเตะ　足球员　　นักกีฬา　运动员

บราซิล（Brazil）　巴西　　กรีซ（Greece）　希腊

ปิงปอง（ping–pong）乒乓球　　เทนนิส（tennis）　网球

วอลเลย์บอล（volleyball）排球　　แฮนด์บอล（handball）　手球

ยูโด（judo）　柔道　　เทควันโด（taekwondo）　跆拳道

ยกน้ำหนัก　举重　　มวยปล้ำ　摔跤

กระโดดสูง　跳高　　กระโดดไกล　跳远

ยิมนาสติก（gymnastics）体操　　กรีฑา　田径

รถจักรยาน　自行车　　เรือคายัค　皮划艇

เรือยนต์　赛艇　　เรือใบ　帆船

ยิงปืน　射击　　ยิงธนู　射箭

ไตรกีฬา　铁人三项　　ปัญจกรีฑาสมัยใหม่　现代五项

ถนัด　擅长，纯熟　　สนับสนุน　支持

รีโอเดจาเนโร（Rio de Janeiro）里约热内卢

· 22 ·

ข้อสังเกต 注释

1. ...ก่อน (แล้ว)ค่อย... 意思是"先……，（然后）再……"。其中
   ก่อน在这一句型中做副词，意思是"先，预先"。例如：
   เธอลองเขียนดูก่อน แล้วค่อยให้อาจารย์ช่วยแก้ให้
   你先试着写，然后再让老师帮修改。
   คุณไปจัดการเรื่องของคุณก่อน แล้วค่อยมาหาผม
   你先去处理你的事情，然后再来找我。
   此外，ก่อน还可以做连词，意思是"在……前"。例如：
   เขาสารภาพความผิดก่อนที่คุณแม่จะว่าเขา
   他在母亲指责他之前承认了错误。
   ก่อนที่จะกลับบ้าน เขาแวะไปเยี่ยมเพื่อนที่โรงพยาบาล
   在回家前，他顺便去医院探望朋友。

2. เลย 主要用法有：

（1）动词，意思是"过，超，超过"。例如：
   เดินเลยไปรษณีย์ไป ก็จะถึงร้านขายหนังสือ
   过了邮局，就到书店了。
   เลยเวลาที่นัดไว้ตั้งครึ่งชั่วโมงแล้ว แต่ยังไม่เห็นเขามาเลย
   超过约定的时间有半小时了，但还没见他来。

（2）副词，加强语气。例如：
   เธอไม่ควรทำอย่างนี้เลย   你不应该这样做。
   เขาไม่สนใจเรื่องนี้เลย   他并不关注这事。
   อากาศที่นี่ดีมากเลย   这里的空气很好。
   ถ้ามีปัญหาอะไร มาถามผมได้เลย   如有什么问题，可以来问我。

（3）连词，表示因果关系，意思是"就，便，因此"。例如：
   เขาสอบตก เลยต้องสอบซ่อม   他考试不及格，因此得补考。
   เธอติดธุระด่วน เลยมาประชุมไม่ได้

她有急事，因此不能来开会。

3. ที่...นั้น ก็เพราะว่า...(นั่นเอง) 意思是“之所以……是因为……”，前部分是主语从句，后部分常用于强调原因。例如：

ที่เขาไม่ยอมบอกเรื่องนี้นั้น ก็เพราะว่าเขาเคยรับปากเพื่อนว่าห้ามบอกใครเด็ดขาด

他之所以不愿说这件事，是因为他答应了朋友谁都不许说。

ที่เขาเลือกเรียนภาษาไทยนั้น ก็เพราะว่าอยากไปทำงานที่เมืองไทยนั่นเอง

他之所以学泰语，是因为想去泰国工作。

คำศัพท์เพิ่มเติม 补充词汇

เข้าร่วม 参加

บาดเจ็บ 受伤

กองเชียร์ 啦啦队

ไม้ตีลูก 球拍

สนามกีฬา 运动场

สถิติโลก 世界纪录

ถ้วยรางวัล 奖杯

เหรียญเงิน 银牌

เดินเล่น 散步

พายเรือ 划船

หมากรุก 象棋

รักบี้（rugby） 橄榄球

ขว้างจาน 掷铁饼

วิ่งทางไกล 长跑

วิ่งผลัด 接力赛跑

ซ้อม 练习，训练

สู้ ๆ 加油

ลูกโทษ 罚球

ประตูฟุตบอล 球门

แว่นดำน้ำ 潜水镜

ทำลายสถิติ 打破纪录

เหรียญรางวัล 奖牌

เหรียญทองแดง 铜牌

ปีนเขา 爬山

สเก็ต（skate） 滑冰

โบว์ลิ่ง（bowling） 保龄球

ไท้เก๊ก 太极拳

ทุ่มน้ำหนัก 掷铅球

สนุกเกอร์（snooker）斯诺克台球

วิ่งข้ามรั้ว 跨栏跑

วิ่งมาราธอน（marathon）马拉松长跑

ผู้ชม　观众　　　　　　　　ครูฝึก　教练
โค้ช（coach）教练员　　　กรรมการตัดสิน　裁判员
ผู้รักษาประตู　守门员　　　แชมเปี้ยน（champion）冠军
พิธีเปิด　开幕式　　　　　　พิธีปิด　闭幕式
เล่นเดี่ยว　单人（赛）　　　เล่นคู่　双人（赛）
เล่นเป็นทีม　团体（赛）　　เล่นคู่ผสม　混合双打
การแข่งขันรอบแรก　预赛　　การแข่งขันรอบรองชนะเลิศ　复赛
การแข่งขันรอบชิงชนะเลิศ　决赛
เอเชี่ยนเกมส์（the Asian Games）亚运会

รูปประโยคเพิ่มเติม　句型拓展

เล่น...เก่ง/ไม่เก่ง　　　　　……打得好/不好
ชนะ/แพ้ในรอบ...　　　　在……（赛）赢/输
ชิงแชมป์ใน...　　　　　　在……争冠
ขอแสดงความยินดีต่อ...　向……表示祝贺
...มีประโยชน์ต่อ...　　　　……对……有好处

แบบฝึกหัด　练习

一、根据中文意思完成下列填空。

1. เขาปวดเอว ＿＿＿＿＿＿เข้าร่วมการแข่งขันวันนี้ไม่ได้
　 他腰痛，因此不能参加今天的比赛。

2. คุณควรวางแผน＿＿＿＿ ＿＿＿＿ทำตามแผนการ
　 你应该先计划，然后再按计划行事。

3. การออกกำลังกาย＿＿＿＿＿ร่างกายของเรา
　 运动对我们的身体有好处。

4. ผมอยากรู้ว่าทีมไหน_____เมื่อคืน

我想知道昨晚哪个队被淘汰了。

5. _____เขาเล่นบาสเกตบอลไม่ได้_____

_____ขาของเขาเคยบาดเจ็บจากการแข่งขัน_____

他之所以不能打篮球，是因为他的腿曾在比赛中受伤。

二、用泰语表达下列句子。

1. 今年的校运会，你参加了什么比赛？

2. 你认为明天的比赛哪个队会赢呢？

3. 最近太忙了，我只能周末才能去打一下网球。

4. 他曾参加2012年的奥运会。

5. 我喜欢游泳，因为它有助于减肥。

6. 楼下有人跳健美操，一起去跳吗？

7. 每天都运动，身体才会强壮。

8. 去舒展筋骨吗？坐一天班了。

9. 你会打乒乓球吗？

10. 坚持锻炼，对身体有好处。

三、用泰语回答下列问题。

1. 平时你喜欢些什么运动？

2. 今年的校运会，你打算参加哪些项目呢？

3. 你喜欢游泳吗？为什么？

ความรู้ที่เกี่ยวข้อง **常识**

在众多的体育项目中，最令泰国人振奋，最能激起泰国人巨大热情的无疑是泰拳。泰拳作为一项靠力量和敏捷取胜的运动，受到了泰国全国，乃至全世界的欢迎。长期以来，泰拳一直被列为泰国重大庆典活动的必备节目，泰国人既爱打拳，也爱观拳。泰拳是一项极具泰国民族特色的传统体育项目，具有悠久的历史。由于文献资料的缺乏，我们已无从考究泰拳的源头，但学者们普遍认为古泰拳是为抵御外来入侵者而产生的。现今人们所说的"泰拳"一般是指现代泰拳。现代泰拳具有较浓的商业化特性，并带有商业赌博性质。

　　此外，还有一项运动深受泰国人喜爱，那就是藤球。在泰国，藤球可以称得上是仅次于泰拳的第二大体育运动，几乎人人都会玩。藤球简单易学，是两队隔网竞赛的运动，跟排球比赛类似，但区别在于以脚代手，这也意味着对运动员的柔韧性和弹跳方面要求较高。在泰国，经常可以看到好几个人围在一起，一边玩藤球，一边歌唱，这样轻松愉快的场景，成了外国游客眼中一道亮丽的风景线。

บทที่ ๑๗　การท่องเที่ยว
第十七课　旅游

รูปประโยคพื้นฐาน　基本句型

ไปเที่ยว...มา	去……玩了
...น่าเที่ยว	……值得一玩
ช่วยแนะนำ...หน่อย	请介绍一下……
ยินดีต้อนรับ...ที่มาเที่ยว...	欢迎……来到……旅游
ขอให้...	祝……
...เป็นสัญลักษณ์ของ...	……是……的象征
โปรด...	请……

ประโยคทั่วไป　常用句子

คุณเคยไปเที่ยวตลาดน้ำไหมคะ	你去过水上市场吗？
คุณไปเที่ยวที่ไหนมาบ้างคะ	你去哪些地方玩了？
ก่อนออกเดินทางต้องเตรียมตัวอย่างไรคะ	出行前需要做哪些准备？
ในกรุงเทพฯ มีที่ไหนน่าเที่ยวบ้างคะ	曼谷有哪些景点值得一游？
ช่วยแนะนำที่เที่ยวให้หน่อยได้ไหมครับ	请介绍一下景点可以吗？
ได้ไปชมโบราณสถานที่มีชื่อเสียงที่ไหนมาบ้างคะ	
参观了哪些名胜古迹？	
ช่วยถ่ายรูปให้หน่อยได้ไหมคะ	请帮照张相可以吗？
ช่วยเล่าประวัติพระราชวังโบราณหน่อยได้ไหมคะ	
请介绍一下故宫的历史可以吗？	
ยินดีต้อนรับทุกท่านที่มาเที่ยวเซี่ยงไฮ้ค่ะ	欢迎大家来到上海旅游！

ขอให้ทุกท่านเที่ยวปักกิ่งให้สนุกนะคะ　　祝大家在北京玩得开心！

ที่นี่ห้ามถ่ายรูปและถ่ายวิดีโอค่ะ　　这儿禁止拍照和摄像。

วัดพระแก้วและพระบรมมหาราชวังเป็นสัญลักษณ์ของประเทศไทย

玉佛寺和大王宫是泰国的象征。

โปรดระวังกระเป๋า และสัมภาระมีค่าของท่านด้วยนะคะ

请注意保管好您的手提包及贵重物品。

ต่อไปดิฉันขอแจ้งรายการท่องเที่ยววันนี้ให้ทราบค่ะ

下面我和大家说一下今天的行程安排。

ใคร ๆ ก็สนใจคาบาเร่ต์โชว์　　大家都对人妖秀感兴趣。

ไปอัมพวาดีกว่า ดูหิ่งห้อย นอนโฮมสเตย์

去安帕瓦好些，看萤火虫，寄宿在当地居民家中。

นอกเมืองก็น่าเที่ยวนะครับ มีน้ำตก หมู่บ้านชาวเขา ถนนดี ไปมาสะดวก

郊外也值得一玩，有瀑布，有山民村寨，路也好走，来回很方便。

รีสอร์ทที่ฉันไปพักอยู่กลางหุบเขาเลยนะ บรรยากาศดีมาก

我所住的度假村坐落于山谷之中，空气非常好。

ถ้าชอบการท่องเที่ยวแบบสมบุกสมบันก็มีแหล่งท่องเที่ยวให้เลือกหลายแห่ง

喜欢穷游的话也有许多旅游胜地可供选择。

รับรองว่าคุณจะประทับใจไม่รู้ลืม　　保证你会印象深刻。

ผมอยากซื้อของพื้นเมือง/ของที่ระลึกไปฝากที่บ้าน

我想买些土特产/纪念品带回家。

🎧 ‖ **การสนทนา 情景对话** ‖

บทสนทนาที่ ๑ การเที่ยวปักกิ่ง
会话1 北京游

(เปิดเทอมแล้ว คุณหม่าเสี่ยวหลิงกับคุณเฉินจิงจิงพบกันที่มหาวิทยาลัย)
（开学了，马小玲在学校遇见陈晶晶。）

ก：ช่วงปิดเทอมคุณไปเที่ยวที่ไหนมาบ้างคะ

甲：假期你去哪些地方玩了？

ข：ไปปักกิ่งมาค่ะ เพิ่งกลับมาเมื่อ ๒ วันก่อนเอง

乙：去北京了，前两天刚回来。

ก：ไปกับทัวร์หรือว่าแบกเป้ไปเองคะ

甲：跟团去还是自助游？

ข：ไปกับทัวร์ค่ะ

乙：跟团去的。

ก：ค่าทัวร์เท่าไร รวมค่าอะไรบ้างคะ

甲：团费多少钱？包含哪些费用？

ข：ทัวร์นี้เป็นทัวร์ ๖ วัน ค่าทัวร์ ๒,๐๐๐ กว่าหยวน รวมค่าตั๋วรถไฟ ค่าที่พัก ค่าอาหาร ค่าผ่านประตูและค่าประกันชีวิตค่ะ

乙：这个团的行程是6天，团费2,000多元，包括火车票、住宿费、餐饮费、门票以及人寿保险费。

ก：แล้วทำไมไม่นั่งเครื่องบินไปล่ะคะ

甲：为什么不坐飞机去呢？

ข：นั่งรถไฟไปประหยัดกว่าเครื่องบิน แถมได้ดูวิวด้วย

乙：坐火车比坐飞机省钱，而且还可以欣赏沿途风景。

ก：ได้ไปที่ไหนมาบ้างคะ

甲：去了哪些景点？

ข：ได้ไปจัตุรัสเทียนอันเหมิน พระราชวังโบราณ สวนหยีเหอหยวน
　　กำแพงเมืองจีน สวนเทียนถาน

乙：去了天安门广场、故宫、颐和园、长城、天坛公园。

ก：สนุกไหมคะ

甲：好玩吗?

ข：สนุกมากค่ะ เมืองหลวงของเรามีประวัติเก่าแก่ สถานที่ท่องเที่ยวก็น่าสนใจ

乙：很好玩！咱们首都具有悠久的历史，景点也很值得关注。

ก：แล้วยังไปเที่ยวที่ไหนอีก

甲：还去了哪儿玩呢?

ข：ยังได้ไปดูสนามกีฬารังนก วอเตอร์คิวบ์ โรงละครแห่งชาติ

乙：还参观了鸟巢、水立方、国家大剧院。

ก：ถ้ามีโอกาส ฉันต้องไปเที่ยวปักกิ่งสักครั้ง

甲：有机会我也要去北京玩一次。

ข：คราวหน้าเราไปด้วยกันนะ

乙：下次我们一起去吧。

ก：ได้เลย
甲：好的。

บทสนทนาที่ ๒　การเที่ยวประเทศไทย
会话2　　　　　游泰国

(คุณติงลี่ไปเยี่ยมเพื่อนคนไทยที่บ้าน)
（丁莉到家里看望泰国朋友。）

ก：อ้าว ลี่มาเมืองไทยตั้งแต่เมื่อไรคะ

甲：噢，莉，你什么时候来泰国的?

ข：ลี่มาได้อาทิตย์หนึ่งแล้วค่ะ ไปเที่ยวเชียงใหม่กับภูเก็ตมาค่ะ

乙：我来一个星期了。去了清迈和普吉玩。

ก：ไปคนเดียวหรือคะ นักท่องเที่ยวเดี๋ยวนี้ชอบแบกเป้ไปเที่ยวต่างจังหวัด

甲：自己去吗？现在游客们都喜欢背包到外府游玩。

ข：ใช่ค่ะ ไม่ว่าจะเดินทางด้วยวิธีไหนก็สะดวกสบายหายห่วง พักเกสต์เฮ้าส์ราคาก็ถูก

乙：是的。无论选择哪种出行方式都非常方便无忧，住旅馆价格也不贵。

ก：เมืองไทยมีดีอะไรหรือคะ คนต่างชาติถึงชอบมาเที่ยว

甲：泰国有什么吸引人的地方吗？外国人都喜欢来旅游。

ข：เพราะว่าเมืองไทยมีอาหารอร่อย มีวิวสวยและมีแหล่งท่องเที่ยวให้เลือกเยอะ

乙：因为泰国有美食，有美景，还有很多旅游胜地可供选择。

ก：จริงค่ะ โดยเฉพาะทะเล นักท่องเที่ยวชอบมาเที่ยวทะเลมาก

甲：的确如此。尤其是海边，游客非常喜欢到海边玩。

ข：ฉันก็ชอบเหมือนกันนะ ที่ไปภูเก็ตครั้งนี้ ฉันไปดำน้ำมา สนุกมาก

乙：我也喜欢。这次普吉之旅，我还去潜水了，非常好玩。

ก：แล้วลี่อยากไปไหนต่อล่ะ เราจะเป็นไกด์ให้ค่ะ

甲：接下来想去哪儿玩？我当你的导游。

ข：จริงหรือเปล่า ช่วยแนะนำที่ท่องเที่ยวในกรุงเทพฯ ให้หน่อยสิคะ

乙：真的吗？介绍一下曼谷的景点吧。

ก：มีวัดพระแก้ว พระบรมมหาราชวัง ซึ่งเป็นสัญลักษณ์ของประเทศไทย รับรองว่าคุณจะประทับใจไม่รู้ลืมค่ะ

甲：有玉佛寺、大王宫。它们就是泰国的象征，保证你会印象深刻。

ข：งั้นเราไปกันพรุ่งนี้เลยดีไหมคะ

乙：那我们明天去吧，好吗？

ก：ก็ดีเหมือนกัน พรุ่งนี้ ๘ โมงเช้า เราไปหานะ แล้วลี่จะกลับเมืองจีนเมื่อไรคะ

甲：也好，明天早上八点我去找你。那你什么时候回中国呢？

ข: วันพุธหน้าค่ะ ทำไมหรือคะ

乙：下周三，怎么了？

ก: ลี่อยากไปเที่ยวทะเลใกล้ ๆ กรุงเทพฯ ไหมคะ

甲：你想到曼谷附近的海玩一下吗？

ข: ที่ไหนคะ

乙：在哪儿呢？

ก: พัทยาไง พัทยาอยู่ไม่ไกลจากกรุงเทพฯ ขับรถไปประมาณ ๒ ชั่วโมงก็ถึงแล้วค่ะ

甲：芭提雅呀。芭提雅离曼谷不远，开车大概2个小时就到了。

ข: เยี่ยมมากเลย เราก็อยากไปพัทยาเหมือนกัน

乙：好啊！我也想去芭提雅。

ก: เมื่อถึงพัทยาแล้ว เรายังข้ามเรือไปเที่ยวเกาะล้านได้ด้วย ได้ยินมาว่าทะเลที่เกาะล้านสวยมาก เออ แล้วลี่เคยไปเที่ยวตลาดน้ำไหมคะ

甲：到了芭提雅以后，我们还可以坐船摆渡到“兰岛”玩，听说“兰岛”的海非常美。对了，你去过水上市场吗？

ข: ไม่เคยไปค่ะ

乙：没去过。

ก: อยากไปเที่ยวตลาดน้ำ ๔ ภาคไหมล่ะ

甲：想去“思帕水上市场”玩吗？

ข: ตลาดน้ำ ๔ ภาคที่ไหนคะ ยังไม่เคยได้ยินมาก่อนเลย

乙：哪里的“思帕水上市场”？还没听说过呢。

ก: ตลาดน้ำ ๔ ภาคนี้ก็อยู่ระหว่างทางที่ไปพัทยานั่นแหละ เป็นตลาดที่สร้างขึ้นมาใหม่ รวมของดีทั้ง ๔ ภาคไว้ในตลาดนี้ เรียกได้ว่า วันเดียวเที่ยวได้ ๔ ภาคเลย เหนือ กลาง อีสาน ใต้ ถือว่าเป็นแหล่งช้อปปิ้งใหม่เชียวนะ

甲：这个水上市场就在去芭提雅的路上，是新建的。它将泰国四个地区的好东西都集中在一起，可以说花一天时间就可以游完泰国北部、中部、东北部以及南部四个地区了，被认为是新的购物天地。

ข : น่าไปจริง ๆ นะคะ จะได้ซื้ออาหารพื้นเมืองไปฝากเพื่อน ๆ

乙：很值得一去哦！我可以买一些泰国特产送给朋友们。

ก : ตอนเย็นจะพาไปกินอาหารไทยอร่อย ๆ รับรองว่าต้องติดใจ

甲：晚上带你去吃好吃的泰国菜，保证你会喜欢。

ข : ก็ติดใจอยู่แล้วนี่นา

乙：本来就喜欢了。

ก : พอทานข้าวเสร็จ เราจะแวะไปเดินเล่นริมหาดพัทยา ตอนกลางคืน
ถนนคนเดินก็จะมีคาบาเร่ต์โชว์ด้วยค่ะ

甲：吃完晚饭，我们顺便在海滩边散散步，晚上的街边还有人妖秀
呢。

ข : จริงหรือคะ ใคร ๆ ก็สนใจคาบาเร่ต์โชว์ อยากไปดูเหมือนกัน

乙：真的吗？大家都对人妖秀感兴趣，我也很想看。

บทสนทนาที่ ๓ การแนะนำสถานที่ท่องเที่ยว
会话3　　　　景点介绍

(ไกด์พานักท่องเที่ยวเที่ยวชมเมืองซีอาน และแนะนำรายการท่องเที่ยว
ในซีอาน)

（导游带游客游览西安，并介绍在西安的游程。）

ก : สวัสดีค่ะ ดิฉันชื่อเซี่ยชิง เป็นไกด์ของบริษัทท่องเที่ยวคางฮุยค่ะ ยินดี
ต้อนรับทุกท่านที่มาเที่ยวมณฑลส่านซีค่ะ ขอให้ทุกท่านมีความสุข
ระหว่างท่องเที่ยวส่านซีนะคะ

甲：大家好！我叫夏青，是康辉旅行社的导游。欢迎大家来到陕西
旅游！祝大家旅途愉快！

ข : ช่วยบอกรายการเที่ยววันนี้หน่อยได้ไหมครับ

乙：请介绍一下今天的行程安排可以吗？

ก： ได้ค่ะ วันนี้เราจะเที่ยวในเมืองซีอานนะคะ ไปเจดีย์ห่านป่าใหญ่ น้ำพุ
ดนตรีที่ใหญ่ที่สุดของเอเชีย สนามตึกจงกู่ และถนนชาวหุยค่ะ

甲： 好的。今天我们将游玩西安市的市内景点：大雁塔、亚洲最大
的音乐喷泉、钟鼓楼广场以及回民街。

ข： ช่วยเล่าประวัติเจดีย์ห่านป่าใหญ่หน่อยได้ไหมครับ

乙： 请介绍一下大雁塔的历史可以吗？

ก： ได้ค่ะ เจดีย์ห่านป่าใหญ่เป็นสถานที่ท่องเที่ยวที่มีชื่อเสียงของเมืองซีอาน
เริ่มสร้างเมื่อปี ค.ศ. ๖๕๒ อยู่ในวัดฉือเอิน ทางตอนใต้ของเมืองซีอาน

甲： 好的。大雁塔是西安市著名的旅游景点，始建于公元652年，坐
落于西安市南郊大慈恩寺内。

ข： ใครออกแบบเจดีย์ห่านป่าใหญ่นี้ล่ะครับ แล้วเจดีย์นี้สร้างขึ้นเพื่ออะไร
ครับ

乙： 大雁塔是由谁设计的呢？建这个塔的目的是什么？

ก： พระถังซัมจั๋งเป็นคนออกแบบและร่วมสร้างเจดีย์ห่านป่าใหญ่ขึ้น
เพื่อเก็บพระไตรปิฎกที่นำมาจากอินเดีย วัดนี้ถือเป็นสัญลักษณ์ของเมือง
หลวงโบราณซีอานค่ะ

甲： 唐三藏法师设计并亲自主持建造了大雁塔，为了收藏从印度带
回的经书。该塔被视作古都西安的象征。

ก： เรากำลังจะถึงเจดีย์ห่านป่าใหญ่แล้วนะคะ เรามีเวลาชม ๔๕ นาที
ทุกท่านถ่ายรูปเก็บไว้เป็นที่ระลึกได้ โปรดระวังกระเป๋าและสัมภาระมีค่า
ของท่านด้วยนะคะ

甲： 我们即将到达大雁塔，游览时间为45分钟，大家可以拍照留
念，请注意保管好您的手提包及贵重物品。

ข： เมื่อชมสนามตึกจงกู่เสร็จ เราจะไปถนนชาวหุยใช่ไหมครับ

乙： 参观完钟鼓楼广场，我们要去回民街是吗？

ก： ใช่ค่ะ ถนนชาวหุยมีร้านขายอาหารอร่อย ๆ ทุกท่านจะได้ชิมอาหาร
พื้นเมืองของซีอาน

甲：是的。回民街有美食店铺，大家可以品尝到西安特色小吃。

(หลังจบรายการท่องเที่ยว结束行程后)

ก：ทุกท่านคะ รายการท่องเที่ยวของวันนี้จะจบแค่นี้นะคะ พรุ่งนี้เราจะไปชมปิงหมาหย่งค่ะ พรุ่งนี้๗ โมงครึ่งพบกันที่หน้าโรงแรมนะคะ รถทัวร์ของเราจะไปรอที่โรงแรมค่ะ

甲：各位游客，今天的行程到此结束了，明天我们将参观兵马俑，明

早7点30分在酒店门前见。我们的旅游巴士将在酒店等候大家。

ข：คืนนี้เที่ยวตามอัธยาศัยใช่ไหมครับ

乙：今晚是自由活动吗？

ก：ใช่ค่ะ ไปเที่ยวรอบ ๆ โรงแรมหรือว่ากลับไปพักผ่อนที่โรงแรมก็ได้ค่ะ

甲：是的，大家可以在酒店附近逛一下或者回酒店休息。

บทสนทนาที่ ๔ งานแสดงสินค้าและบริการด้านการท่องเที่ยวไทย
会话4　　　　泰国旅游展

(คณะผู้แทนของประเทศจีนไปเยี่ยมชมงานแสดงสินค้าและบริการด้าน
การท่องเที่ยวไทย ผู้รับผิดชอบของ ททท. กล่าวแนะนำรายละเอียดเกี่ยวกับ
งานนี้)

（中国代表团到泰国参观旅游展，泰国国家旅游局负责人介绍展会
情况。）

ก：สวัสดีค่ะ ยินดีต้อนรับทุกท่านเข้าสู่งานแสดงสินค้าและบริการด้านการ
ท่องเที่ยวไทยค่ะ ดิฉันเป็นผู้แทนของการท่องเที่ยวแห่งประเทศไทยค่ะ

甲：大家好，欢迎来到泰国旅游展！我是泰国国家旅游局的代表。

ข：ใครจัดงานแสดงครั้งนี้ครับ

乙：这次旅游展是由什么机构举办的？

ก：สมาคมไทยบริการท่องเที่ยว(TTAA)ร่วมกับการท่องเที่ยวแห่งประเทศ
ไทย (ททท.)จัดงานแสดงนี้ค่ะ

甲：这次旅游展是由泰国旅游服务协会与泰国旅游局携手举办的。

ข : ผู้เข้าร่วมงานครั้งนี้มีใครบ้างครับ

乙：参展商都有哪些？

ก : มีบริษัททัวร์ โรงแรมที่พัก/สปา/สนามกอล์ฟ สายการบินในประเทศ/
　　ระหว่างประเทศ องค์การส่งเสริมการท่องเที่ยวต่างประเทศ ผู้จำหน่าย
　　อุปกรณ์การเดินทางท่องเที่ยว แค้มปิ้ง สินค้าโอทอป

甲：有旅行社、酒店/SPA/高尔夫球场、国内/外航空公司、外国旅游
　　促进组织、旅行和露营装备销售商、OTOP商品。

ข : หมายความว่าเป็นงานออกร้านด้านการท่องเที่ยวทั้งหมดเลย ใช่ไหมครับ

乙：也就是说参展商全都是关于旅游的，是吗？

ก : ใช่ค่ะ นักท่องเที่ยวเลือกซื้อบริการด้านท่องเที่ยวกับผู้ประกอบการ
　　ธุรกิจท่องเที่ยวได้โดยตรง ทั้งแพคเกจทัวร์เส้นทางต่าง ๆ ตั๋วเครื่องบิน
　　ราคาพิเศษและห้องพักราคาพิเศษ

甲：是的。游客可以直接向旅游业经营者选购各种旅游套餐、特价
　　机票、特价客房。

ข : เป็นการส่งเสริมและสนับสนุนธุรกิจการท่องเที่ยว สายการบิน โรงแรมที่พัก
　　บริษัททัวร์ ให้นำเสนอขายสินค้าและบริการที่มีคุณภาพและราคาพิเศษ
　　ให้แก่ลูกค้า

乙：这可以促进和支持旅游企业、航空公司、酒店以及旅行社向顾
　　客推销高品质、低价位的商品和服务。

ก : ใช่ค่ะ

甲：是的。

ข : งานแสดงสินค้าและบริการด้านการท่องเที่ยวครั้งนี้เป็นครั้งที่เท่าไร
　　แล้วครับ หัวข้อคืออะไรครับ

乙：本届旅游展是第几届？主题是什么？

ก : ครั้งที่ ๑๑ ค่ะ หัวข้อของงานแสดงครั้งนี้คือ เที่ยวทั่วไทย ไปทั่วโลกค่ะ

甲：第11届，主题是"玩遍泰国，走遍世界"。

ข : หลายปีที่ผ่านมานี้ อุตสาหกรรมการท่องเที่ยวของประเทศไทยพัฒนา

ไปมากไหมครับ

乙：在过去的几年里，泰国旅游业发展得好吗？

ก：ในช่วงเวลาที่ผ่านมา ประเทศไทยประสบภัยน้ำท่วมอย่างหนัก ส่งผลต่ออุตสาหกรรมการท่องเที่ยว รัฐบาลไทยได้ดำเนินนโยบายหลายอย่างอย่างแข็งขันเพื่อกระตุ้นอุตสาหกรรมการท่องเที่ยว ดังนั้นจึงฟื้นตัวอย่างรวดเร็ว

甲：过去一段时间，泰国遭受了严重的洪灾，旅游业受到了影响。为了刺激旅游业，泰国政府积极实行多项举措，因此旅游业才得以迅速恢复。

ข：หลายปีมานี้ คนจีนชอบมาท่องเที่ยวประเทศไทยมากขึ้นทุกทีนะครับ

乙：近几年来，越来越多的中国人喜欢来泰国旅游。

ก：ใช่ค่ะ ในปี ค.ศ. ๒๐๑๒ นักท่องเที่ยวจีนที่เข้ามาเที่ยวประเทศไทยมีจำนวนมากกว่าสองล้านเจ็ดแสนคน เป็นอันดับหนึ่งของนักท่องเที่ยวต่างชาติในประเทศไทย

甲：是的。2012年中国赴泰游客数量超过270万人次，成为泰国的第一大旅游客源国。

ข：เมื่อคำนึงถึงต้นทุนการท่องเที่ยวและความสะดวกด้านการเดินทาง คนจีนจะนิยมไปเที่ยวประเทศที่ใกล้เคียงมากกว่าประเทศที่อยู่ไกล เช่นยุโรป อเมริกา

乙：考虑到旅行成本和交通便利等因素，与远赴欧洲和美国相比，中国人更青睐周边国家游。

ก：โดยเฉพาะหนังเรื่อง "Lost in Thailand" และละครไทยกำลังฮิตในประเทศจีน มีส่วนกระตุ้นให้คนจีนมาเที่ยวที่เมืองไทยเพิ่มขึ้นมาก

甲：特别是电影《泰囧》和泰剧在中国的热播，极大地推动了中国人的赴泰游。

ข：การพัฒนาอุตสาหกรรมการท่องเที่ยวได้สร้างคุณูปการต่อการเติบโตของเศรษฐกิจไทยไม่น้อยนะครับ

乙：泰国旅游业的发展对泰国经济的增长做出了不少贡献。

ก : ใช่ค่ะ นอกจากได้เงินตราต่างประเทศเพิ่มขึ้นแล้ว ยังได้ส่งเสริม
อุตสาหกรรมและธุรกิจการบริการ สนับสนุนนักธุรกิจชาวต่างชาติให้เข้ามา
ลงทุนในประเทศ และยังได้ช่วยสร้างงานอีกด้วย แต่ในขณะเดียวกัน ก็
ได้ส่งผลกระทบต่อสิ่งแวดล้อมของไทยด้วย

甲：的确如此。除了增加了外汇收入，促进了工业以及服务业的
发展，支持外商来泰国投资，还提供了大量的就业机会。但同
时，也给泰国的环境带来了影响。

ข : ใช่ครับ ดังนั้นเวลาพัฒนาอุตสาหกรรมการท่องเที่ยว ต้องไม่ละเลย
เรื่องสิ่งแวดล้อมครับ

乙：是的。因此在发展旅游业时，一定不能忽视环境问题。

🎧 **คำศัพท์ 词汇表**

ตลาดน้ำ 水上市场	ถ่ายรูป 照相
ประวัติ 历史	พระราชวังโบราณ 故宫
ยินดีต้อนรับ 热烈欢迎	สัญลักษณ์ 象征
แจ้ง 告知	รายการ 节目
คาบาเร่ต์โชว์（Cabaret Show） 人妖秀	
หิ่งห้อย 萤火虫	โฮมสเตย์（homestay） 寄宿家庭
น้ำตก 瀑布	หุบเขา 山谷
บรรยากาศ 空气，气氛	สมบุกสมบัน 历尽艰辛
แหล่งท่องเที่ยว 旅游胜地	ประทับใจ 印象
ของพื้นเมือง 土特产	แบก 背
เป้ 背包	ตั๋วรถไฟ 火车票
ที่พัก 住处	ค่าผ่านประตู 门票
ประกันชีวิต 人寿保险	เครื่องบิน 飞机

รถไฟ 火车　　　　　จัตุรัสเทียนอันเหมิน 天安门广场

สวนหยีเหอหยวน 颐和园　　กำแพงเมืองจีน 长城

สวนเทียนถาน 天坛公园　　เมืองหลวง 首都

เก่าแก่ 古老　　　　สถานที่ท่องเที่ยว 景点

สนามกีฬารังนก 鸟巢　　วอเตอร์คิวบ์（Water cube）水立方

โรงละครแห่งชาติ 国家大剧院

ภูเก็ต 普吉　　　　นักท่องเที่ยว 游客，旅客

ต่างจังหวัด 外府　　เกสต์เฮ้าส์（guest house）旅馆

ทะเล 海　　　　พัทยา 芭提雅

ข้ามเรือ 摆渡　　เกาะ 岛，岛屿

ภาค 部，地区　　อาหารพื้นเมือง 小吃

แวะ 顺路，顺便　　ริม 边，岸边

หาด 海滩　　เที่ยวชม 游览

บริษัทท่องเที่ยว 旅行社　　เจดีย์ 塔

น้ำพุดนตรี 音乐喷泉　　เอเชีย（Asia）亚洲

วัด 寺庙　　ออกแบบ 设计

พระ 僧人，和尚　　ถังซัมจั๋ง 唐三藏

พระไตรปิฎก（佛）三藏经　　อินเดีย（India）印度

โปรด 请，敬请，劳驾　　รถทัวร์ 旅游巴士

งานแสดง 展览会　　เยี่ยมชม 参观

ททท.=การท่องเที่ยวแห่งประเทศไทย 泰国国家旅游局

สู่ 到，至　　ผู้แทน 代表

สมาคม 协会　　สายการบิน 航空公司

ส่งเสริม 促进　　แค้มปิ้ง（camping）露营

OTOP 一村一品　　แพคเกจ（package）套餐

เส้นทาง 线路　　ราคาพิเศษ 特价

อุตสาหกรรมท่องเที่ยว 旅游业　　พัฒนา 发展

ประสบ　遇到，遭到

ภัย　灾难，灾害

รัฐบาล　政府

ดำเนิน　实行，执行

แข็งขัน　积极

กระตุ้น　刺激，促进

ฟื้นตัว　恢复，复原

คำนึง　考虑

ต้นทุน　成本

ใกล้เคียง　临近，毗邻

ยุโรป（Europe）欧洲

อเมริกา（America）美国

คุณูปการ　贡献

สิ่งแวดล้อม　环境

ละเลย　忽视

ข้อสังเกต　注释

1. เอง 副词，主要意思有：

（1）用于名词或代词之后，起强调作用，意思是"自己，本人"，有时也与 ตัว 搭配，构成 ตัว...เอง，但 ตัว...เอง 的强调意味更浓。例如：

ฉันเองยังเดาไม่ออกเลย คุณจะเดาออกได้ยังไง

我自己都猜不出，你又怎能猜得出呢？

ผมเองก็ไม่อยากไป 我本人也不想去。

（2）用于动词之后，修饰动词，意思是"独自，亲自"，表示独自或亲自做某事。例如：

เรื่องนั้นปล่อยให้เขาตัดสินใจเองแล้วกัน

那件事就让他独自决定吧。

หนังสือเล่มนี้เธอเขียนเองหรือ 这本书是你亲自写的？

（3）常用于数量词组之后，强调说明数量不多，意思是"而已，罢了"，常跟 แค่，เท่านั้น 搭配，构成 แค่...เอง 或...เท่านั้นเอง。例如：

ไม่แพงหรอก แค่ ๑๐ บาทเอง 不贵的，才10铢而已。

ฉันไป ๒ วันเท่านั้นเอง เสร็จธุระก็จะกลับ

我只去两天而已，办完事就回来。

（4）用于强调是这么回事或事情刚发生不久，有时也跟 นี่/นี้，นั่น 搭配，构成 นี่เอง/นี้เอง，นั่นเอง。例如：

เขาเพิ่งโทรมาเมื่อกี้นี้เอง　他刚打电话来。

เธอเพิ่งยืมไปเมื่อเช้านี้เอง　她今早刚借走。

แกนี่/นั่นเอง นึกว่าใครโทรมา　原来是你，我还以为是谁打来的。

2. ด้วย 主要用法有：

（1）副词，一般放在句末，意思是"也，亦"。例如：

เขาบอกว่าเขาจะไปด้วย　他说他也去。

วันเสาร์นี้เราจะไปตกปลา คุณไปด้วยไหม

这周六我们去钓鱼，你也去吗?

此外，还可以表示更进一层，意思是"还"。例如：

รองเท้าของยี่ห้อนี้คุณภาพดี ราคาถูกด้วย

这个牌子的鞋质量好，价格还挺便宜。

เขาไม่มา และไม่บอกล่วงหน้าด้วย　他不来，而且还不提前告知。

（2）介词，用在表示工具、原料等的名词之前，构成介词短语，修饰前面的动词，意思是"用，以，借助"或不译。例如：

ภาชนะชิ้นนี้ทำด้วยดินเผา　这个器皿是陶制的。

เขาเขียนหนังสือด้วยมือซ้าย　他用左手写字。

此外，还可以用在一个具有抽象意义的，或者表示心理状态的名词或名词词组之前，修饰前面的动词，说明动作进行时的状态。

例如：

อาจารย์ยิ้มด้วยความพอใจ　老师满意地笑了。

เขาช่วยเราด้วยความจริงใจ　他真心实意地帮助我们。

3. แวะ 动词，意思是"顺道，顺路，顺便"。例如：

เธอรออยู่ที่เดิมนะ เดี๋ยวผมจะแวะไปรับ

你在原地等，待会儿我顺路去接你。

ก่อนเข้างาน เขาแวะไปถอนเงินที่ธนาคาร

上班前，他顺便去银行取钱。

คำศัพท์เพิ่มเติม　补充词汇

พร้อม　准备好	คณะทัวร์　旅行团
หัวหน้าทัวร์　领队	ป่า　森林
แม่น้ำ　江，河	แม่น้ำเจ้าพระยา　湄南河
แม่น้ำโขง　湄公河	ทะเลสาบ　湖泊
หมู่เกาะ　群岛	หมู่เกาะสิมิลัน　斯米兰群岛
ฟาร์มจระเข้　鳄鱼湖	ทะเลอันดามัน　安达曼海
ชายทะเล　海滨	ภูเขา　山
ถ้ำ　山洞	วัตถุโบราณ　文物
สามเหลี่ยมทองคำ　金三角	สิ่งก่อสร้าง　建筑物
พระพุทธรูป　佛像	โบสถ์　教堂
ศาสนา　宗教	อาบแดด　日光浴
ล่องแพ　乘竹筏	ตลาดนัด　集市
ขี่จักรยาน　骑自行车	สุโขทัย　素可泰
มรดกโลก　世界遗产	อุทยานแห่งชาติ　国家公园
อุทยานประวัติศาสตร์　历史公园	

รูปประโยคเพิ่มเติม　句型拓展

เตรียม...ให้พร้อม	准备好……
เนื่องจาก...ยกเลิก...	由于……取消……
...ได้ชื่อว่า "..."	……有"……"之称

...เป็นสวรรค์ของ...   ……是……的天堂

...นับได้ว่าเป็น...   ……可以称作是……

แบบฝึกหัด 练习

一、根据句意，选择正确的词填入下列横线内。

| เอง | เท่านั้นเอง | นี่เอง/นั่นเอง | ด้วย |

1. ผมอยู่ ๒-๓ วัน＿＿＿＿＿＿

   我只待两三天而已。

2. ฉัน＿＿＿＿＿＿ก็เสียใจมากเหมือนกัน

   我自己也很难过。

3. เราควรที่จะให้บริการลูกค้า＿＿＿＿＿＿ความกระตือรือร้น

   我们应该热情地为顾客服务。

4. เขา＿＿＿＿＿＿ที่เป็นคนซื้อดอกไม้มาใส่แจกันไว้เมื่อเช้า

   早上买花插在花瓶上的人原来是他。

5. ที่นี่สะดวกสบาย เงียบสงบ แถมยังมีหาดทรายอีก＿＿＿＿＿＿

   这里方便舒适、安静，还有沙滩。

6. เธอทำอาหาร＿＿＿＿＿＿ไมโครเวฟ

   她用微波炉做菜。

二、用泰语表达下列句子。

1. 曼谷是泰国的首都。

2. 明天我们将参观颐和园。

3. 玉佛寺是泰国的象征。

4. 假期我去了清迈玩。

5. 我下个月出国，我母亲也一块儿去。

6. 我们即将到达水上市场，游览时间为1个小时。

7. 我去了普吉玩，跟团去的。

8. 坐火车比较省钱，而且还可以欣赏沿途风景。

9. 请介绍一下大王宫的历史可以吗？

10. 本届旅游展的主题是什么？

三、用泰语回答下列问题。

1. 你去过哪些地方旅游？

2. 如果有机会，你最想去哪儿旅游？为什么？

3. 你喜欢跟团游还是喜欢自助游？为什么？

ความรู้ที่เกี่ยวข้อง **常识**

泰国，作为东南亚重要的旅游国家之一，每年都以其迷人的海滩、美味的佳肴以及独特的文化吸引着无数来自世界各地的旅游者。

曼谷，这个被称为"天使之城"的大都市，给游客们最大的感受是繁华的街道，万般风情的泰式建筑，形形色色的市场以及拥挤的交通。但是，作为世界性大都市的曼谷，它吸引游客的地方远远不止这些。下面依次向大家介绍曼谷市内著名的景点。首先是大王宫和玉佛寺。大王宫背依湄南河，由一组规模宏伟的，具有暹罗式风格的建筑群组成，是曼谷王朝拉玛一世到八世的国王宫殿。如今，王宫除用于举行加冕典礼和宫廷庆祝等仪式活动外，平时也面向公众开放。大王宫建筑群富丽堂皇，庭院内绿草如茵，所到的游客无不被其无与伦比的景色所震撼。玉佛寺坐落在大王宫的东北角，是泰国最著名的佛教寺庙，也是皇室举行宗教仪式的地方，由拉玛一世兴建大王宫时一并建造。玉佛寺因寺内供奉的一尊玉佛而得名。大王宫位于曼谷市中心，被视为曼谷的标志，是赴泰游客的必到之地。其次是四面佛。四面佛位于曼谷市中心爱侣湾大酒店前面，尚泰百货的斜对面。该佛有四尊佛面，分别代表健康、财运、事业与爱情，掌管人间荣华富贵，是泰国香火最旺的佛像之一。因此，每天前来膜拜四面佛的游客络绎不绝，特别是中国游客，其中更不乏众多港台影视明星。在拜佛前，需先购买祭品，包括香烛和鲜花，然后再沿着顺时针进行祭拜。再次是卧佛寺。卧佛寺是泰国最古老、最大的庙宇，因寺内供奉着一尊泰国最大的卧佛而得名。卧佛全长46米，足掌长达5米，上面装饰着由贝壳镶嵌而成的108个精美的吉祥图。还有许多较受游客欢迎的其他景点，如：郑王庙（也称"黎明寺"）、金山寺、暹罗海洋世界、札都札周末集市、考山路、唐人街等，不胜枚举。

清迈位于泰国北部，是泰北政治、经济以及文化中心，也是泰国第二大城市，其发达程度仅次于曼谷。但不同于曼谷的喧嚣繁华，清迈给人一种"小清新"的感觉，它是一座安静淡雅的小城。清迈地处海拔300米的高原盆地之上，周围群山环绕，风光旖旎，气候宜人，是东南亚著名的避暑旅游胜地。到清迈游玩，您可以在清迈市内参观一些古迹寺庙，了解这里的历史文化；也可以远离清迈市区，走进山地少数民族的部落，感受当地的风土民情；您也可以到郊外参加丰富多彩的户外活动，呼吸清新空气的同时，体验骑大象这种绝妙的乐趣，或乘坐竹筏体验一趟刺激难忘的竹筏游等；您还可以前往清迈手工艺品重镇参观由清迈出产的各种精美绝伦的手工艺品，如银器、纸伞、竹器、木雕等。这些高质量的手工艺品不仅闻名全国，还远销国外。

享有"东方夏威夷"之誉的芭提雅，近年来成为东南亚极受欢迎的海滨旅游度假胜地。芭提雅位于泰国的东海岸边，距曼谷仅两个小时的车程。芭提雅海滩阳光灿烂，碧海蓝天，是良好的海滨游泳场。在这里，您可以参加各种新奇刺激的水上娱乐活动，尽情享受这些活动带来的快乐；也可以悠闲地躺在海滩旁的沙滩椅上，享受这一刻的舒适与放松；您还可以随意找间餐馆坐下，品尝各种味道鲜美的海鲜，过足食瘾。

บทที่ ๑๘　　การคมนาคม
第十八课　交通

รูปประโยคพื้นฐาน　基本句型

จาก...ไป...นั่งรถเมล์สายไหน	从……去……坐哪一路公车？
จาก...ไป...นั่งกี่ป้าย	从……去……坐几站？
ไป...ลงป้ายไหน	去……在哪一站下车？
ต้องเสียค่า...หรือเปล่า	要付……（费）吗？
...ออกกี่โมง/เวลาไหน	……几点钟/什么时候出发？
จาก...ไป...ใช้/เสียเวลา...	从……去……花……（时间）〇

ประโยคทั่วไป　常用句子

จากที่นี่ไปพิพิธภัณฑ์นั่งรถเมล์สายไหนคะ

从这儿去博物馆坐哪一路公车？

จากที่นี่ไปเซ็นทรัลเวิลด์ต้องนั่งกี่ป้ายคะ

从这儿到尚泰百货要坐几站？

ไปมหาวิทยาลัยชนชาติกว่างซีต้องลงป้ายไหนคะ

到广西民族大学要在哪一站下车？

กรุณาขับเร็ว/ช้าหน่อยได้ไหมคะ　　请开快/慢点可以吗？

ต้องเสียค่าทางด่วนหรือเปล่าคะ　　要付高速公路费吗？

ห้องขายตั๋วอยู่ที่ไหนคะ　　售票处在哪儿？

จะจองกี่ที่คะ　　要订几张（票）呢？

รถไฟด่วน/รถไฟด่วนพิเศษขบวนที่ ๓ จอดที่ชานชาลาไหนครับ

3次快车/特快停靠在哪个站台？

รถไฟขบวนนี้จะออกตรงเวลาหรือเปล่าครับ

这趟火车准点发车吗?

ไม่ทราบว่าที่นั่งของฉันอยู่ตรงไหนคะ　　请问我的座位在哪儿?

ตั๋วหมดแล้วเหรอคะ เที่ยวต่อไปออกกี่โมงคะ

票卖完了吗? 下一趟航班几点起飞?

คุณต้องการตั๋วเครื่องบินขาเดียวหรือไปกลับคะ

您需要单程票还是往返票?

รถไฟเที่ยว ๒๑.๑๐ น. กำลังจะออกแล้วค่ะ

21：10分的火车就要开了。

รถไฟจะจอดที่สถานีต่อไป ๑๐ นาที　　火车将在下一站停靠10分钟。

จากหนานหนิงไปกุ้ยหลินใช้เวลาประมาณ ๕ ชั่วโมงก็ถึงครับ

从南宁到桂林, 大概5个小时就到了。

ซื้อตั๋วรถไฟตู้นอนชั้นหนึ่ง/ชั้นสองไปเซี่ยงไฮ้ ๑ ใบครับ

要一张去上海的软/硬卧票。

ขอดูพาสปอร์ตหน่อยนะครับ　　　　请出示您的护照。

เครื่องบินจะดีเลย์ ๒ ชั่วโมงค่ะ　　飞机将晚点两个小时。

ผมอยากเปลี่ยนที่นั่งกับคุณครับ　　我想和你换座位。

คุณสามารถเลือกที่นั่งจากเว็บนะครับ　你可以在网上选座位。

🎧 ▐▐ การสนทนา 情景对话 ▐▐

บทสนทนาที่ ๑ การโดยสารรถเมล์
会话1　　　乘公共汽车

(คุณหลี่ถามเรื่องการเรียกรถแท็กซี่และเรื่องการโดยสารรถเมล์)

（李小姐询问打车及乘坐公车事宜。）

ก：ขอโทษค่ะ อยากถามว่าการเรียกรถแท็กซี่จะต้องไปเรียกที่ไหนคะ

甲：对不起，请问在哪儿可以打车呢?

ข：ตอนนี้เป็นช่วงที่คนไปทำงาน คงยากที่จะเรียกแท็กซี่ คุณรีบไหมคะ

乙：现在正是上班时间，很难打车，你赶时间吗?

ก：ไม่รีบค่ะ

甲：不赶时间。

ข：ถ้างั้นคุณนั่งรถเมล์ก็ได้ค่ะ

乙：如果不赶时间，你也可以坐公车。

ก：จากที่นี่ไปมหาวิทยาลัยกว่างซีนั่งรถเมล์สายไหนคะ

甲：从这儿去广西大学坐哪一路公车呢?

ข：รถเมล์ไปมหาวิทยาลัยกว่างซี มี หลายสาย ป้ายรถเมล์อยู่ โน่นค่ะ พอดี ดิฉันก็จะไปรถเมล์เหมือนกัน ไปด้วยกันไหมคะ

乙：有很多路车可以到广西大学。公车站牌在那儿，正好我也要坐

公车，一起去吗?

ก：ดีค่ะ

甲：好的。

ข：คุณนั่งสาย ๗๖ สาย ๕๒ หรือว่าสาย ๖ ก็ได้ค่ะ แต่ต้องต่อรถ

乙：你可以坐76路、52路，或者6路，但要转车。

ก：จากที่นี่ไปมหาวิทยาลัยกว่างซีต้องนั่งกี่ป้ายคะ

甲：从这儿到广西大学要坐几站?

ข：ประมาณ ๒๐ กว่าป้ายค่ะ

乙：大概20多站。

ก：ตั้ง ๒๐ กว่าป้ายหรือคะ

甲：20多站吗?

ข：ใช่ค่ะ ถ้ารถไม่ติด ก็ต้องใช้เวลาชั่วโมงหนึ่งกว่าจะถึง

乙：是的。如果不堵车，也要一个小时才能到。

ก：ถ้าเรียกรถแท็กซี่ คงเร็วกว่า อย่างมากครึ่งชั่วโมงก็ถึงแล้ว

甲：如果坐出租车，应该快些，最多半个小时就到了。

ข：ค่ะ แต่แพงมากนะ ประมาณ ๔๐ หยวน

乙：是的。但很贵哦，大概40块钱。

ก：ขอบคุณมากค่ะ

甲：非常感谢！

ข：ไม่เป็นไรค่ะ

乙：不客气。

บทสนทนาที่ ๒ การโดยสารรถแท็กซี่
会话2 乘出租车

(คุณแก้วตาเรียกรถแท็กซี่)

（娇达小姐乘出租车。）

ก：ไปสนามบินดอนเมืองไหมคะ

甲：请问去廊曼机场吗？

ข：ไปครับ

乙：去的。

ก：ช่วยเอากระเป๋าไปไว้ที่หลังรถได้ไหมคะ

甲：麻烦帮把行李放到车尾箱，可以吗？

ข：ได้ครับ

乙：好的。

ก：ช่วยขับเร็วหน่อยได้ไหมคะ

甲：请开快点可以吗？

ข：ได้ครับ ขึ้นทางด่วนไหมครับ จะเร็วกว่า

乙：好的。要走高速路吗？会快些。

ก：ต้องเสียค่าทางด่วนหรือเปล่าคะ

甲：要付高速公路费吗？

ข：ครับ ต้องเสีย ๕๐ บาทครับ

乙：是的，要付50铢。

ก：งั้นก็ขึ้นทางด่วนเถอะ

甲：那就走高速路吧。

（เมื่อถึงสนามบินแล้ว）（到达机场后）

ก：จอดตรงนี้ได้ไหมคะ

甲：可以在这儿停吗?

ข：ตรงนี้จอดไม่ได้ครับ ผมจะจอดให้ตรงประตูข้างหน้านะครับ

乙：这儿不能停车，我在前面门口停。

ก：เท่าไรคะ

甲：多少钱?

ข：คิดตามมิเตอร์ครับ รวมค่าทางด่วน ๕๐ บาท ทั้งหมด ๑๕๐ บาทครับ

乙：按计价器收费，加上高速公路费50铢，一共是150铢。

ก：นี่ ๒๐๐ บาท ไม่ต้องทอนค่ะ

甲：这是200铢，不用找了。

ข：ขอบคุณมากครับ

乙：谢谢!

บทสนทนาที่ ๓　การโดยสารรถไฟ
会话3　　　　乘火车

（คุณหลินกับคุณหวังคุยกันบนรถไฟ）

（林先生和王先生在火车上聊天。）

ก：สวัสดีครับ คุณจะไปไหนครับ

甲：你好! 你去哪儿呢?

ข：ผมไปทำธุรกิจที่นครฉางซา คุณล่ะครับ

乙：我去长沙出差。你呢?

ก：ผมไปทำธุรกิจที่กวางโจวครับ ตอนนี้นั่งรถไฟความเร็วสูงสะดวกจริง ๆ

甲：我去广州出差。现在坐高铁真方便！

ข：ใช่ครับ จากสือเจียจวงไปฉางซาใช้เวลาประมาณ ๕ ชั่วโมงก็ถึงครับ

乙：是的。从石家庄去长沙，大概5个小时就到了。

ก：ผมขึ้นรถไฟจากหันตาน ใช้เวลา ๗ ชั่วโมงครึ่งก็ถึงกวางโจวแล้วครับ

甲：我从邯郸上车，7个半小时也到广州了。

ข：ทุกครั้งที่ไปทำงานต่างเมือง คุณก็จะนั่งรถไฟความเร็วสูงไปใช่หรือเปล่าครับ

乙：你是不是每次出差都坐高铁？

ก：เปล่า เมื่อก่อนไม่มีรถไฟความเร็วสูง ผมนั่งรถไฟด่วนพิเศษบ่อย ๆ ครับ

甲：不是的，以前没有高铁，常坐特快。

ข：เช่นเดียวกันครับ นั่งรถไฟจะใช้เวลานานไปหน่อย แต่ก็ประหยัดเงินได้มาก

乙：我也是。坐火车时间会久一些，但节省了很多钱。

ก：ใช่ครับ และได้ชมวิวระหว่างทางด้วยครับ

甲：是的，还可以欣赏沿途的风景。

ข：รถไฟเข้าสถานีแล้วนะครับ ผมต้องลงแล้ว สวัสดีครับ

乙：火车进站了，我要下车了。再见。

ก：สวัสดีครับ

甲：再见。

บทสนทนาที่ ๔ การจองตั๋วเครื่องบิน
会话4 订机票

(คุณปอจองตั๋วเครื่องบิน)
（波先生订机票。）

ก：สวัสดีครับ เที่ยวบินจากกรุงเทพฯไปหนานหนิงมีอาทิตย์ละกี่เที่ยวครับ

甲：您好！曼谷飞往南宁的航班，每周有几趟？

ข : มีอาทิตย์ละสองเที่ยวเท่านั้น คือวันพุธกับวันเสาร์ค่ะ

乙：每周只有两趟，分别是周三和周六。

ก : งั้นผมขอจองตั๋วเครื่องบินกรุงเทพฯ – หนานหนิงชั้นธุรกิจวันเสาร์นี้ ๒ ใบครับ

甲：那我订两张这周六曼谷—南宁的商务舱机票。

ข : ชั้นธุรกิจเต็มแล้วนะคะ เหลือแต่ที่นั่งชั้นประหยัดค่ะ ราคา ๘,๓๐๐ บาท ไม่ทราบว่าท่านจะจองไหมคะ

乙：商务舱满了，只剩下经济舱了。票价是8,300铢，您要订吗？

ก : จองครับ

甲：是的。

ข : ขอดูพาสปอร์ตหน่อยนะคะ

乙：请出示您的护照。

ก : นี่ไงครับ ได้น้ำหนักกระเป๋ากี่กิโลครับ

甲：这是我的护照。可以免费托运多少公斤行李？

ข : ๒๐ กิโลค่ะ คุณเอากระเป๋าติดตัวขึ้นเครื่องได้ ๑ ใบค่ะ

乙：20公斤。您可以随身携带1件行李。

ก : เครื่องบินจะออกเวลาไหนครับ

甲：飞机几点起飞？

ข : จะออก ๑๒.๕๕ น. ค่ะ

乙：中午12:55起飞。

ก : จากกรุงเทพฯ ไปหนานหนิงต้องบินนานเท่าไรครับ

甲：从曼谷到南宁需要飞多长时间？

ข : ประมาณ ๒ ชั่วโมงค่ะ เรียบร้อยแล้วค่ะ นี่คือตั๋วเครื่องบินของท่านค่ะ ทั้งหมด ๑๖,๖๐๐ บาท

乙：大概2小时。好了，这是您的机票，一共是16,600铢。

ก : ครับ ผมจะจ่ายเป็นเงินสดครับ

甲：好的，我用现金支付。

ข：ได้ค่ะ

乙：好的。

🎧 คำศัพท์　词汇表

สาย　路，线	ทางด่วน　高速路
ป้าย　牌	ออก　出发
ห้องขายตั๋ว　售票处	รถไฟด่วนพิเศษ　（火车）特快
รถไฟด่วน　（火车）快车	จอด　停，停泊
ขบวน　（火车）班次，车列	เที่ยว　班，次，趟
ชานชาลา　站台	ขาไปกลับ　往返
ขาเดียว　单程	ตู้นอนชั้นสอง　硬卧车厢
ตู้นอนชั้นหนึ่ง　软卧车厢	พาสปอร์ต（passport）　护照
ใบ　张	เรียก　叫，唤
โดยสาร　乘，搭	ไว้　放，搁，置
สนามบิน　飞机场	มิเตอร์（meter）　计价器
คิด　想；计算	รถไฟความเร็วสูง　高铁
รวม　合，共	ชั้นประหยัด　经济舱
ชั้นธุรกิจ　商务舱	ติดตัว　随身带
เซ็นทรัลเวิลด์（Central World）　尚泰百货	

‖ ข้อสังเกต　注释 ‖

1. ตั้ง 副词，意思是"整整，几乎，将近"，常用于连接一个数量词
组或表示久、多之类的形容词，表示说话人主观上认为数量多或
时间久。例如：
ผมมาอยู่ตั้งปีแล้ว ยังไม่คุ้นกับอาหารที่นี่เลย

我待了将近一年了，还没习惯这里的食物。

เขาเรียนภาษาจีนมาตั้ง ๓ ปีแล้ว แต่ยังพูดไม่ค่อยได้

他学中文整整3年了，但还不太会说。

2. เสีย 动词，多义词，主要意思有：

（1）"坏，出故障"。例如：

มือถือของฉันเสีย ขอใช้ของคุณหน่อยได้ไหมคะ

我的手机坏了，可以用一下你的吗？

คนงานทำงานไม่ได้ เพราะเครื่องมันเสีย

工人无法工作，因为机器出故障了。

（2）"损失，损害"。例如：

แกงหม้อนี้ไม่ต้องใส่อะไรเพิ่มแล้ว เดี๋ยวจะเสียรส

这锅汤不用再加什么了，（加了）会损失原有的味道。

บริษัทเราต้องไม่ยอมรับเงื่อนไขนี้เด็ดขาด ไม่งั้นเราจะเสียผลประโยชน์อย่างมากเลย

我们公司绝对不会接受这个条件的，否则我们将损失严重。

（3）"丢失，丧失"。例如：

เขาป่วยหนักขนาดนี้ ทำให้เขาเสียโอกาสที่จะได้ไปเมืองนอกครั้งแรกในชีวิต

他病得如此严重，使得他丧失了人生中第一次出国的机会。

ถ้าแพ้เกมส์นี้จะทำให้เราเสียโอกาสลุ้นแชมป์

如果输掉这局我们将失去夺冠的机会。

（4）"（名声、道德等）败坏，毁坏"。例如：

การกระทำของเขาทำให้โรงเรียนเราเสียชื่อมาก

他的行为极大地败坏了我们学校的名声。

การแข่งขันครั้งนี้เราต้องชนะ ไม่งั้นจะเสียชื่อคณะเรา

这次比赛我们必须赢，不然会毁坏我们学院的声誉。

（5）"死亡，去世"。例如：

ตั้งแต่พ่อแม่เขาเสียชีวิตไป เขาก็ไปอยู่บ้านเด็กกำพร้า

自从父母亲去世以后，他便进了孤儿院。

พี่ชายเขาเสียชีวิตในอุบัติเหตุครั้งนี้　他哥哥在这次意外中丧生。

（6）"花，费，耗费，浪费"。例如：

เราเสียเวลาไปตั้งวัน ถึงจะทำเสร็จ　我们花了一天的时间才做完。

งานนี้ทำไปก็เสียแรงเปล่าๆ　这工作做了也是白费力气。

（7）"付，缴，交"。例如：

ต้องเสียค่าสนามบินเท่าไรคะ　要交多少机场建设费？

เราต้องเสียค่าเช่าเดือนละพันหยวน　我们每个月要交1000元房租。

3. เรียบร้อย 形容词或副词，常用于修饰名词或动词，意思是"斯文，规矩，井井有条，有秩序，妥善，完成"，但具体意思要根据所在句子的语境而定。例如：

น้องเธอเรียบร้อยดี　她妹妹很斯文。

โต๊ะทำงานของคุณจัดได้เรียบร้อยมาก

你的办公桌收拾得井井有条。

ทุกสิ่งทุกอย่างเรียบร้อยแล้ว　一切已准备就绪。

คำศัพท์เพิ่มเติม 补充词汇

เติมน้ำมัน 加油	ย้อนกลับ 折回，回头
เมาเรือ 晕船	เมารถ 晕车
เมาเครื่องบิน 晕机	หนังสือเดินทาง 护照
ใบขับขี่ 驾照	กฎจราจร 交通规则
เข็มขัดนิรภัย 安全带	บริษัทการบิน 航空公司
ทางออก 出口	ทางเข้า 入口
สถานีปลายทาง 终点站	ปากทาง 路口
ช่องสีแดง 红色通道	ช่องสีเขียว 绿色通道

สะพานลอย　天桥　　　　บันไดเลื่อน　自动扶梯

บัตรที่นั่ง　登机牌　　　　รถเข็น　手推车，轮椅

ใบฝากสัมภาระ　行李托运单　ห้องพักผู้โดยสาร　候车/机室

ศุลกากร　海关　　　　ด่านตรวจคนเข้าเมือง　边检处

สนามบินสุวรรณภูมิ　素万那普机场　ลงเรือ　上船

ขึ้นเรือ　下船　　　　หลงทาง　迷路

รถเก๋ง　轿车　　　　รถเสบียง　餐车

รถตู้　面包车　　　　รถน้ำ　洒水车

รถบรรทุก　卡车　　　　รถสามล้อ　三轮车

รถจักรยานยนต์　摩托车　　รถดับเพลิง　消防车

รถยนต์　汽车　　　　รถพิเศษ　专车

ตกรถ　误车　　　　ลำ　艘，架

คัน　辆　　　　ทางบก　陆路

ทางน้ำ　水路　　　　ทางรถไฟ　铁路

พนักงานรถไฟ　列车员　　เตียงบน/ล่าง　上/下铺

รถชั้นหนึ่ง　一等车厢　　รถชั้นสอง　二等车厢

เฟิร์สคลาส（First Class）头等舱

ห้องชั้นหนึ่ง　一等舱　　ห้องชั้นสอง　二等舱

ยกเลิก　取消　　　　แคนเซิล（cancel）　取消

คอนเฟิร์ม（confirm）　确认　คืนตั๋ว　退票

ตั๋วชานชาลา　站台票

▌▌ รูปประโยคเพิ่มเติม　句型拓展 ▌▌

ไม่ทราบว่า...อยู่ที่/ตรงไหน　　　　请问……在哪儿?

...ไปอย่างไร　　　　　　　……怎么走?

ขอยืนยัน(คอนเฟิร์ม)/ยกเลิก(แคนเซิล)...　要确认/取消……

แบบฝึกหัด 练习

一、根据中文意思完成下列填空。

1. ตั๋วหมดแล้วเหรอคะ_____ต่อไปออกกี่โมงคะ

 票卖完了吗？下一趟航班几点起飞？

2. ไม่ได้เจอกัน_____นาน หมู่นี้เป็นอย่างไรบ้าง

 好久不见了，最近怎么样？

3. ผมขอยกเลิก/แคนเซิลตั๋วเครื่องบินที่_____ไว้ครับ

 我想取消订票。

4. โหลดมาดูแล้วกัน ไม่ต้อง_____เงิน

 下载来看算了，不用花钱。

5. เขามาสาย เลย_____โอกาสครั้งนี้ไป

 他迟到了，因此丧失了这次机会。

二、用泰语表达下列句子。

1. 订两张曼谷—清迈的硬卧票。

2. 车费每人多少钱？

3. 从这儿去皇家田广场坐哪一路公车？

4. 请问售票处在哪儿？

5. 车子每个站都停吗？

6. 火车将晚点2个小时。

7. 从这儿到博物馆要坐几站？

8. 我在下一站下车。

9. 飞机经常不准点起飞。

10. 曼谷飞往南宁的航班一周有2趟。

三、用泰语回答下列问题。

1. 出行时，你会选用哪种交通工具？为什么？

2. 从曼谷飞往南宁需要多长时间？登机时需出示什么？

3. 从广西大学到市中心坐哪一路公车呢？大概要坐多少站？

ความรู้ที่เกี่ยวข้อง 常识

　　说起曼谷的交通，大家的第一印象就是"堵"，甚至有人戏称曼谷为"世界最大的露天停车场"，这是对曼谷马路上车满为患现象的评价。上班高峰期固然很堵，但如果碰上下雨天，由于马路上的积水排泄较慢，堵塞现象更为严重。虽然堵车现象较为严重，但不可否认的是曼谷的交通四通八达。下面我们来简单地介绍一下曼谷市内形形色色的交通工具。

　　1. 公交巴士。曼谷的公交巴士分为空调车和非空调车。其中空调车的票价会依据乘车具体路程而定。有些巴士上有售票员售票，有的则采用自动投币的方式。曼谷的公交巴士大多比较旧，但近几年来，情况略有改善，新增了一些新巴士。在曼谷，乘坐公交巴士最经济实惠但同时也是极具挑战性的，这是因为曼谷的公车站牌通常只标明有哪路车，不标明站牌名和线路，这对于外国游客来说，简直是一头雾水。需要注意的是，在下车前，乘客需提前按一下车门旁的按钮，以示意司机你要在下一站下车。

　　2. 出租车。在曼谷，出租车是五颜六色的，十分花哨，有红色、黄色、绿色、蓝色等。颜色不同，则代表是不同的出租车公司。这些被刷上各种鲜艳色彩的出租车穿梭在曼谷的大街小巷上，成为曼谷一道亮丽的风景线，更为这个繁华的大都市增添了一分活力。曼谷的出租车分成两种，一种是标明"taximeter"的，表示按计价器收费，另一种没有标明上述字样的则表示双方需商量价格。曼谷出租车的起步价是35泰铢（人民币7-8元），行车2公里后每公里加收5泰铢。

　　3. 摩托车，或称之为"摩的"。在交通拥挤的曼谷，摩的是使用频率较高的交通工具，因为摩的车身较小，可以轻松进出曼谷的小巷。因此在曼谷的各个小巷的巷口都有摩的在排队候客。在曼谷街头，你常会看到穿着黄色马甲、头戴头盔的摩的司机身后载着乘客飞快地穿越在大街小巷上。泰国摩的司机开快车可是出了名的。在交通顺畅的道路，他们开得飞快；就算在交通拥挤的路段，也根本难不倒他们。利用摩托车车身小巧的优势，摩的司机们往往是见隙就钻。一般摩的是10泰铢起价，可议价。

4. 嘟嘟车。嘟嘟车是泰国一种特色的小型彩色三轮车。由于车身较小，易穿行于车流之间，十分方便快捷。嘟嘟车在正常状态下容纳两名乘客，有时也会看到三四名乘客挤在一辆车上的情况。与摩的相比，嘟嘟车乘坐起来显得更平稳些，而且空间稍大，乘客还可以靠着座背，乘坐起来有着别样的趣味。嘟嘟车受到外国游客们的青睐，因为嘟嘟车车斗两边通风凉快，他们可以悠闲舒适地坐在嘟嘟车里欣赏街景。由于嘟嘟车上没有计价器，因此坐车前，乘客要跟司机先谈好价格，一般30泰铢起步价。

5. 地铁。曼谷地铁于2004年开始启用，只有一条地铁线，从城市北端的Bang Sue站一路开往城市中心Hua Lamphong火车站，共设有18个站。与国内地铁付费方式一样，有三种，一种是使用充值卡刷卡付费，第二种是在售票窗进行付费，第三种是在自动售票机上投币付费。价格为15-39泰铢/人，视乘坐路程而定，一般每3-5分钟一趟。

6. BTS，或称之为“天铁”。曼谷的天铁有3条线，一条是Silom Line，一条是Sukhumvit Line，一条是Airport Rail Link。运行时间从早上6点到午夜，每5分钟一班，票价由路程而定，一般是15-40泰铢/人。天铁是曼谷一种非常快捷便利的交通工具，由于它运行在离地面好几米的高空专用轨道上，乘坐天铁可以欣赏到乘坐其他交通工具所不能欣赏到的城市风光，因此不失为一种舒适又有乐趣的体验。

บทที่ ๑๙　การพักผ่อนหย่อนใจ
第十九课　娱乐

รูปประโยคพื้นฐาน　**基本句型**

...ฉาย/เลิกกี่โมง	……几点放映/结束?
ดูรอบ...	看……场
เป็นแฟน...	是……粉丝
...กำลังฮิตอยู่	……正受欢迎
...น่าดู/อ่าน/ฟัง	……值得一看/读/听
...ยังไม่เข้า	……还没上映
...ออกไปแล้ว	……下线了
ถ่ายทำที่...	在……拍摄

ประโยคทั่วไป　**常用句子**

คุณชอบดูรายการ TV อะไรครับ　你喜欢看什么电视节目?

เคยดูละครเรื่อง "เจินหวนจ้วน" ที่ฉายช่องหูหนานหรือเปล่า สนุกมากเลย

看过湖南卫视播的《甄嬛传》吗? 很好看!

หนังฉาย/เลิกกี่โมง　　　　　　　电影几点放映/结束?

หนังเรื่องนี้ฉายวันละกี่รอบคะ　　　这部电影一天放映几场?

เราจะดูรอบไหนดีครับ　　　　　　我们看哪一场好呢?

คุณชอบดูละคร/ดูหนัง/อ่านหนังสือแนวไหน

你喜欢看什么类型的电视剧/电影/书籍?

มาดูหนังที่บ้านผมไหม ผมโหลดหนังใหม่ไว้ตั้งเยอะ

来我家看电影吗? 我下载了很多新电影。

คุณชอบฟังเพลงแนวไหน　　　　你喜欢听什么类型的歌曲？

ละครเรื่องนี้กำลังฮิตอยู่　　　　这部电视剧正在热播。

เขาติดละครเรื่องนี้มาก　　　　他很迷这部电视剧。

ละครไทยเรื่องนี้มีทั้งพากย์ภาษาจีนและคำบรรยายภาษาจีน

这部泰剧既有汉语配音，也有汉语字幕。

หนังเรื่องนี้น่าดู　　　　　　这部电影值得一看。

ฉันชอบดูหนังตลก/หนังรัก/หนังผี/หนังบู๊/หนังสืบสวนสอบสวน/หนังชีวิต/

หนังผจญภัย

我喜欢看喜剧片/爱情片/鬼片/武打片/侦探片/生活片/探险片。

ดูหนังตลกก็แล้วกัน เบาสมองดี　　　看喜剧片吧，放松大脑。

หนังเรื่องนี้ยังไม่เข้า　　　　　这部电影还没上映。

หนังที่เธอพูดถึงออกไปแล้ว　　　你说的那部电影下线了。

"Iron Man 3" จะฉายรอบแรกวันที่ ๑ เดือนหน้าครับ

《钢铁侠3》下个月1号首映。

ผมชอบดูภาพยนตร์ที่เขากำกับ　　　我喜欢看他执导的电影。

ภาพยนตร์เรื่องนี้เคยได้รับรางวัลออสการ์　这部电影曾获奥斯卡奖。

หนังเรื่องนี้ถ่ายทำที่เกาหลีใต้　　　这部电影在韩国拍摄。

ผมชอบฟังเพลงป๊อป/แจ๊ส/คลาสสิก

我喜欢听流行歌曲/爵士乐/古典歌曲。

เพลงใหม่ของเบิร์ดติดอันดับอีกแล้ว　本德的新歌又上榜了。

ฉันเล่นเปียโนเป็น แต่เล่นไวโอลินไม่เป็น

我会弹钢琴，但不会拉小提琴。

เขาเล่นกีต้าร์เป็นงานอดิเรก　　　他把弹吉他作为业余爱好。

🎧 การสนทนา 情景对话

บทสนทนาที่ ๑ การดูภาพยนตร์
会话1　　　　看电影

(คุณเถียนนีชวนคุณหลิวซินไปดูหนังด้วยกัน)
（田妮邀请刘欣一起去看电影。）

ก：ตอนนี้มีหนังเรื่องใหม่เข้าฉายเยอะเลยนะ ว่างเมื่อไรเราไปดูด้วยกัน
　　ดีไหม

甲：现在有很多新电影上映，什么时候有空，我们一块儿去看好

　　吗？

ข：ดีเลย เธอชอบดูหนังแนวไหนคะ

乙：好啊！你喜欢看哪种类型的电影？

ก：ฉันชอบดูหนังรัก หนังชีวิต หนังแนวไหนก็ได้ ยกเว้นหนังผีค่ะ

甲：我喜欢看爱情片、生活片，什么类型的电影都可以，除了鬼片。

ข：หนังผจญภัยล่ะคะ อยากดู "Life of Pi" มาก

乙：探险片呢？我很想看《少年派的奇幻漂流》。

ก：หนังเรื่องนี้น่าดูมาก แต่มันออกไปแล้ว เธออยากดูหนังตลกไหมคะ
　　มีอยู่เรื่องหนึ่งกำลังฮิตอยู่ ถ่ายทำที่เมืองไทยค่ะ

甲：这部电影很值得一看，但已经下线了。你想看喜剧吗？现在有

　　一部片正在热映，是在泰国拍摄的。

ข："Lost in Thailand" ใช่ไหมคะ ได้ยินว่าหนังเรื่องนี้สนุกดี อยากดูเหมือนกัน
　　ดูหนังตลก เบาสมองดี

乙：《泰囧》是吗？听说这部电影很好看，我也想看，看喜剧可以

　　放松大脑。

ก：งั้นเราจะไปดูวันไหนดีคะ ไปคืนนี้เลยดีไหม

甲：那我们哪天去看好呢？今晚去好吗？

ข: ดีค่ะ แต่ต้องเช็คดูก่อนว่าคืนนี้มีกี่รอบ

乙：好啊！但要先查一下今晚有多少场次。

ก: ฉันเช็คมาแล้วค่ะ มีหลายรอบ ดูรอบ ๒ ทุ่มเลยดีไหม หนังฉาย ๒ ทุ่ม
เลิกประมาณ ๔ ทุ่ม

甲：我查过了，有好几场呢，看晚上8点那场好吗？8点开映，大概
10点结束。

ข: อยากชวนหวังตานไปด้วย เมื่อวานเห็นเธอบอกว่าอยากดูหนังเรื่องนี้
เหมือนกัน

乙：我想叫上王丹一块儿去。昨天她说也想看这部片。

ก: จริงเหรอ ปกติเห็นเธอไม่ค่อยดูหนังในโรงเลย ซื้อแผ่นดีวีดีมาดูบ้าง
โหลดมาดูบ้าง

甲：真的吗？平时她不怎么去电影院看电影，有时买碟来看，有时
下载来看。

ข: ใช่ค่ะ แต่เธอบอกว่าถ้าไปดู "Lost in Thailand" ที่โรง ต้องบอกเธอด้วย

乙：是的。但她说如果去电影院看《泰囧》，要叫上她。

ก: โอเค ฉันจะโทรไปจองตั๋วก่อน เผื่อตั๋วหมด

甲：好的。我先打电话订票，以防票卖完了。

บทสนทนาที่ ๒ การดูละครโทรทัศน์
会话2　　　　看电视剧

(คุณชีวากับคุณแสงจันทร์กำลังดู TV อยู่)

（茜瓦和娴珍正在看电视。）

ก: คุณชอบดู TV ไหมคะ

甲：你喜欢看电视吗？

ข: ชอบค่ะ เวลาว่างฉันก็เปิด TV ดูไปเรื่อย ๆ

乙：喜欢，有空我就开着电视一直看。

ก：ชอบดู game show ไหม

甲：喜欢看游戏节目吗？

ข：ไม่ชอบ game show ชอบดูสารคดี ชอบดูละคร เคยดูละครเรื่องจักร ๆ
วงศ์ ๆ ที่ฉายช่อง ๗ หรือเปล่า สนุกมากเลย

乙：不喜欢，我喜欢看纪录片、电视剧。你看过七台播的宫廷剧
吗？很好看。

ก：เคยค่ะ แต่ไม่ค่อยชอบ คุณชอบดูละครหลังข่าวไหม

甲：看过，但不太喜欢。你喜欢看在新闻之后播的电视剧吗？

ข：ชอบค่ะ แต่โทรทัศน์ช่องนี้มีแต่ละครน้ำเน่า ฉันชอบอีกช่องหนึ่งมากกว่า

乙：喜欢，但这个频道尽播一些肥皂剧，我更喜欢看另一个台。

ก：อย่างคุณนี่ เรียกว่าติดละครไหมคะ

甲：像你这样的，算是电视迷吗？

ข：ใช่ค่ะ ถ้าเรื่องไหนฉันชอบมาก ๆ ก็จะติดตามดูตลอด รู้จักเคน ธีรเดช
ไหมคะ เป็นดาราที่มีชื่อเสียงมาก เรื่องที่เขาเล่น ฉันก็จะดูทุกเรื่อง

乙：是的。如果我非常喜欢哪部电视剧，就会一直追着看。认识
肯·提拉德吗？他是当红明星，他出演的电视剧，我每部都会看。

ก：รู้จักแน่นอนค่ะ เขากำลังดัง ตอนนี้เคน ธีรเดชก็มีละครอยู่นะคะ เล่น
คู่กับนักร้องที่ชื่อนิว

甲：肯定认识嘛，他很红。现在也在播他出演的电视剧，他和一位
叫"纽"的歌手饰演情侣。

ข：ใช่ค่ะ นักร้องคนนี้เคยประกวด The Star

乙：是的。这位歌手曾参加过"The Star"比赛。

บทสนทนาที่ ๓　การฟังเพลง
会话3　　　　听歌

(คุณหลิวเฟินชวนคุณโจวฟางมาเที่ยวที่บ้าน)

（刘芬邀请周芳到家里玩。）

ก : คุณชอบอ่านหนังสือประเภทไหนคะ

甲 : 你喜欢看哪种类型的书?

ข : ฉันชอบอ่านการ์ตูน นวนิยาย เรื่องสั้น อะไรประมาณนี้ค่ะ

乙 : 我喜欢看卡通、小说之类的。

ก : แล้วคุณชอบฟังเพลงแนวไหนคะ

甲 : 那你喜欢听什么类型的歌曲?

ข : ฉันชอบฟังเพลงป๊อป เพลงช้า ๆ ความหมายดี ๆ คุณล่ะคะ

乙 : 我喜欢听流行歌曲，听一些富有内涵的慢音乐。你呢?

ก : ฉันไม่เหมือนคุณเลยนะ ฉันชอบฟังเพลงร็อก เพลงต่างชาติค่ะ

甲 : 我跟你不一样，我喜欢听摇滚歌曲、外国歌曲。

ข : ชอบฟังเพลงพื้นบ้านไหมคะ

乙 : 民歌喜欢听吗?

ก : เฉย ๆ

甲 : 一般般。

ข : เหมือนกันเลย แล้วคุณชอบนักร้องร็อกคนไหนบ้างคะ

乙 : 我也是。那你喜欢哪些摇滚歌手?

ก : ชุยเจี้ยน เจิ้งจวิน คุณเป็นแฟนเพลงของเจย์ โจวใช่ไหมล่ะ

甲 : 崔健、郑钧。你是周杰伦粉丝吧?

ข : อ้าว ฟางรู้ได้ยังไงคะ

乙 : 噢，你怎么知道的?

ก : เห็นคุณเก็บแผ่นดีวีดีของเขาไว้ตั้งเยอะเลย เพลงใหม่ของเขาติดอันดับอีกแล้ว
แล้วยังมีคอนเสิร์ตปลายเดือนนี้อีก จะไปดูไหมคะ

甲：看见你收藏有那么多他的歌碟。他的新歌又上榜了，这个月底他还开演唱会，你去看吗？

ข：บัตรคอนเสิร์ตแพงมาก ไม่ไปดูดีกว่า รอซื้อแผ่นดีวีดีไว้ดูค่ะ

乙：演唱会门票很贵，不去了，还是等着买碟看吧。

ก：ก็ดีนะ จะได้เปิดดูซ้ำได้หลายรอบ

甲：也好，这样可以重复看很多遍。

บทสนทนาที่ ๔ การดูคอนเสิร์ต
会话4　　看演唱会

(คุณชีวากับคุณแสงจันทร์ไปดูคอนเสิร์ตของ The Star)

（茜瓦和娴珍去看“The Star”演唱会。）

ก：โอ้โห คิดไม่ถึงเลยว่าคนจะเยอะขนาดนี้

甲：天啊，真没想到人这么多!

ข：แน่นอน เพราะนี่เป็นคอนเสิร์ตครบรอบสิบปี The Star

乙：肯定的，因为这是“The Star”十周年演唱会。

ก：ถ้าเธอไม่แย่งซื้อบัตรให้ ฉันคงซื้อเองไม่ทันแน่ ๆ

甲：如果你不帮我抢票，我自己肯定来不及买的。

ข：ใช่ บัตรหมดเร็วมาก ระบบที่จองในอินเทอร์เน็ตก็ล่ม วันนั้นวุ่นวายมาก

乙：是的，票很快就售空了，网上订票系统也瘫痪了，那天真是一片混乱。

ก：นี้ถือว่าเป็นคอนเสิร์ตใหญ่ที่สุดในปีนี้เลย นักร้อง ดาราคงมากันเยอะเลยสินะ

甲：这是今年最大型的演唱会了，很多歌手和明星都将现身吧。

ข：ใช่แล้ว แปดคนสุดท้ายที่เข้ารอบในแต่ละปีมากันทุกคน ดาราก็มาเป็นแขกรับเชิญเยอะ

乙：是的，每年最后入围的八名选手都会现身，很多明星也将以嘉宾的身份出席。

ก：อยากเข้าไปดูแล้วจริง ๆ เมื่อไรฮอลล์จะเปิด

甲：真想进去看呀！场馆什么时候开门？

ข：คอนเสิร์ตเล่นตั้งแต่ ๖ โมงถึง ๓ ทุ่ม แต่เดี๋ยว ๕ โมงกว่า ๆ ฮอลล์ก็เปิดแล้ว

乙：演唱会从晚上6点进行到9点，但5点多就会开门。

ก：ดูแฟนคลับใส่เสื้อเป็นกลุ่ม ๆ น่ารักจริง ๆ

甲：看，粉丝们穿着不同的粉丝服，真可爱！

ข：ฉันก็เตรียมมานะเป็น เสื้อพี่บี้ นี่ไง และก็มีป้ายไฟด้วย

乙：我也准备有，你看，这是“Bie”的粉丝服，还有荧光牌呢。

ก：โอ้โห นึกไม่ถึงว่าเพื่อนเราก็เป็นแฟนเพลงพี่บี้ด้วย

甲：天啊！真没想到你也是“Bie”的歌迷。

คำศัพท์　词汇表

ช่อง　台，频道

โหลด=ดาวน์โหลด（download）下载

พากย์　配音

หนังตลก　喜剧片

หนังผี　鬼片

หนังสืบสวนสอบสวน　侦探片

หนังผจญภัย　探险片

ภาพยนตร์　电影

ออสการ์（Oscar）　奥斯卡奖

เพลงแจ๊ส　爵士乐

เครื่องดนตรี　乐器

ไวโอลิน（violin）　小提琴

งานอดิเรก　业余爱好

สารคดี　纪录片

แนว　风格，类型

เพลง　歌曲

คำบรรยาย　解说词

หนังรัก　爱情片

หนังบู๊　武打片

หนังชีวิต　生活片

เบาสมอง　轻松大脑

กำกับ　监督，指导

เพลงป๊อป　流行歌曲

เพลงคลาสสิก　古典歌曲

เปียโน（piano）　钢琴

กีต้าร์（guitar）　吉他

ยกเว้น　除外，例外

ข่าว　新闻，消息

ติดตาม 关注，紧跟
ตอน 集，节，段
การ์ตูน（cartoon） 动画片；漫画
เพลงต่างชาติ 外国歌曲
ซ้ำ 重复
แย่ง 抢，争夺
ล่ม 沉没，陷落
เข้ารอบ 入选，入围
ฮอลล์（hall） 大厅；会所
ป้ายไฟ 荧光牌

เล่น 表演
คู่ 成双，成对，搭档
เพลงร็อก 摇滚歌曲
เพลงพื้นบ้าน 民歌
ครบรอบ 周年
ระบบ 系统
วุ่นวาย 混乱，忙乱
แขกรับเชิญ 应邀嘉宾
คลับ（club） 俱乐部

ข้อสังเกต 注释

1. ยกเว้น 动词，意思是 "除外，例外"。例如：

อาทิตย์นี้ผมว่างทุกวัน ยกเว้นวันเสาร์

这星期我每天都有空，星期六除外。

เขาท่องเที่ยวมาแล้วเกือบทุกทวีป ยกเว้นทวีปแอฟริกาเท่านั้นที่ยังไม่เคย
ไป

他几乎玩遍了各大洲，非洲除外。

2. เผื่อ 副词，意思是 "以备，以防"。例如：

คุณควรจดไว้ก่อน เผื่อลืม 你应该先记下来，以防忘记。

เราต้องออกเดินทางเดี๋ยวนี้เลย เผื่อรถติด

我们现在就要出发了，以防塞车。

3. เรื่อย ๆ 副词，主要有两个意思：

（1）"不断，一直，始终"。例如：

เขาพูดไปเรื่อย ๆ ทั้ง ๆ ที่ไม่มีใครฟัง 他不断地说，尽管没有人听。

เขาทำไปเรื่อย ๆ ในที่สุดก็ทำเสร็จภายในเวลาที่กำหนด

他一直做呀做，最后在规定的时间内完成了。

（2）"正常，不好不坏"。例如：

— หมู่นี้เป็นไงบ้างคะ　最近怎样？

— เรื่อย ๆ ครับ　不好不坏。

คำศัพท์เพิ่มเติม　补充词汇

หอประชุมใหญ่　大礼堂	งิ้วปักกิ่ง　京剧
งิ้วแต้จิ๋ว　潮州戏	งิ้วกวางโจว　粤剧
โขน　孔剧	ลิเก　泰国民间古典戏剧
ละครพูด　话剧	ละครเพลง　歌剧
ละครเวที　舞台剧	หุ่นกระบอก　木偶戏
กายกรรม　杂技	บทกวี　诗歌
ดนตรี　音乐	เพลงลูกทุ่ง　田园歌
เต้นรำ　跳舞	ระบำ　舞蹈
ระบำหมู่　集体舞	รำคู่　双人舞
รำเดี่ยว　独舞	คู่เต้น　舞伴
แทงโก้（tango）探戈	วอลซ์（waltz）华尔兹
รำวง　（泰国）喃旺舞	งานลีลาศ　舞会
ซออู้　二胡	ขลุ่ย　笛子
จังหวะ　节奏	อัลบั้ม　专辑
เนื้อหา　内容	ชุดราตรี　晚礼服
รายนามผู้แสดง　演员表	รายการแสดง　节目单
ศิลปะการแสดง　表演艺术	การแสดงพื้นบ้าน　民间表演

รูปประโยคเพิ่มเติม 句型拓展

คุณชอบ...หรือ...	你喜欢……还是……?
...จะเริ่มกี่โมง	……几点开始?
...เพราะกว่า...	……比……好听
ชอบ...มากที่สุด	最喜欢……
เมื่อ...ผมมักจะ...	当……（的时候），我常常……

แบบฝึกหัด 练习

一、根据中文意思完成下列填空。

1. “Lost in Thailand”จะ____________________รอบแรกพรุ่งนี้ค่ะ
   《泰囧》明天首映。
2. เราเตรียมไฟฉายเอาไว้____________________ไฟดับ
   我们准备好了手电筒，以防停电。
3. เราก็กินไป____________________ยังไงก็ต้องรอเขาอีกนาน
   我们先吃着吧，反正还要等他很长时间呢。
4. ห้องสมุดเปิดทุกวัน____________________วันเสาร์อาทิตย์
   图书馆每天都开放，周末除外。
5. หนัง____________________นี้คนไทยชอบมาก
   这部电影很受泰国人欢迎。

二、用泰语表达下列句子。

1. 你不喜欢这本书吗？非常值得一看哦。
2. 他很迷这部电影。
3. 这部电影今晚有多少场次呢？
4. 大家都喜欢看探险片，除了她。
5. 明年他要来南宁开演唱会。

6. 你喜欢哪些歌手？

7. 以前我喜欢听流行歌曲，但现在喜欢听爵士乐。

8. 这部电影在泰国拍摄。

9. 现在《少年派的奇幻漂流》正在热映。

10. 这本书是他介绍给我看的。

三、用泰语回答下列问题。

1. 你喜欢看什么节目？

2. 你喜欢听什么类型的歌曲？

3. 你最喜欢哪种娱乐方式？你的朋友们呢，他们喜欢哪种娱乐方式？

ความรู้ที่เกี่ยวข้อง 常识

旅游泰国，娱乐活动是相当多姿多彩的。除常见的歌厅、舞厅、KTV、酒吧等娱乐场所外，游客们最期待的就是人妖表演了。在泰国，人妖表演团几乎遍布各地，但如果想观看到规模最大，高水准的人妖秀表演，必须来到著名的海滨度假城市芭提雅。芭提雅的人妖表演场富丽堂皇，人妖衣着华丽，面容姣好，体态动人，加上“她们”个个技艺精湛，因此，表演场地每晚都是座无虚席，高朋满座。人妖秀表演的内容，主要包括各国民族舞蹈和代表歌曲。这样的表演内容，迎合了世界各地游客的口味，让游客们倍感惊喜亲切。

泰国人能歌善舞，舞姿优雅的泰国舞蹈让游客们感受到了这个国家独特的艺术文化。泰国舞蹈大致可分为两大类，即表演舞和民间舞。其中后者在泰国较为流行。根据地域的不同，民间舞还可以细分为很多种，如北部有蜡烛舞、指甲舞等，东北部有饭篮舞、竹竿舞等，中部有南旺舞，南部有浪迎舞等。这些民间舞蹈舞步较为简单，娱乐性强，服饰打扮有着强烈的地方色彩。游客们可以在剧院或一些餐厅欣赏到优美的泰国舞蹈。

在泰国，有一种很出名的民间戏剧，叫作“孔剧”。孔剧是一种有故事情节的舞剧，演员戴面具上场，剧情靠演员的眼神、手语、舞步来表达和说明，而幕后人员则负责朗诵或说明台词，因此"孔剧"也称作"哑剧"。孔剧可以称得上是泰国传统文化的经典，游客们可以在泰国国家剧院欣赏到这被称为泰国最美丽的舞剧艺术。

如果对泰拳感兴趣，你还可以到曼谷的泰拳馆观看原汁原味的泰拳比赛。曼谷的泰拳馆有两个，一个是拉查达慕拳击馆（Ratchadamnoen Boxing Stadium），另一个是隆匹尼拳击馆（Lumphini Boxing Stadium），其中后者更受观众欢迎。

当然了，如果没有什么活动安排，进影院看场电影，也是个不错的选择。在这里我们主要介绍一下首都曼谷的影院。曼谷很多大型购物中心内都设有影城。这里的电影院设备先进，环境很好，且票价比其他大城市的便宜。比较有名的影院主要有：Paragon Cineplex影院，PAI SFX影院，MAJOR CINEPLEX影院，EGV影院等。

บทที่ ๒๐ การเสริมสวย
第二十课 美容

รูปประโยคพื้นฐาน 基本句型

จะตัด/ทำ/ซอย...	要剪/做/削……
จะ...หรือ...	要……还是……
...สวยจัง	……真漂亮
...อย่างเดียว ไม่ต้อง...	只……，不用……
...ทันสมัย	……时髦
...เหมาะกับ...	……适合……

ประโยคทั่วไป 常用句子

สวัสดีค่ะ วันนี้ทำอะไรดีคะ 您好！今天要做什么呢？

จะเอาทรงไหนคะ 你想要哪种发型？

คุณจะตัด/ทำ/ซอยผมทรงอะไรดีคะ 你要剪/做/削什么发型呢？

จะตัดสั้นหน่อยหรือไว้ยาวหน่อยครับ 要剪短点还是留长点？

ปกติแสกข้างไหนคะ 平时头发往哪边分呢？

จะสระผม ต้องรอนานไหมคะ 洗头要等久吗？

ฉันปล่อยผมหรือรวบผมสวยกว่ากันคะ

我披头发好看还是扎头发好看？

ต้องการกันคิ้วไหมคะ 需要修眉吗？

สิวขึ้นหน้าทำอย่างไรดีคะ 脸上长痘怎么办？

ผิวขาวเนียนดีจัง ใช้ครีมอะไรคะ 你的皮肤真细白，你用什么霜呀？

ปกติคุณดูแลผิวอย่างไรคะ 平时你是如何保养皮肤的？

ไปทำเล็บมาหรือ สวยจัง　　　　　　去做指甲了吗? 真漂亮!

ฉันอยากย้อมผมเป็นสีเหลือง　　　　我想把头发染成黄色。

สระผมอย่างเดียว ไม่ต้องตัดค่ะ　　　只洗头，不理发。

ช่วยเป่าผมให้หน่อย　　　　　　　帮吹一下头发。

ช่วยโกนหนวดด้วยครับ　　　　　　帮刮一下胡子。

ฉันอยากตัดผม/สระผม/ย้อมผม/ยืดผม/ดัดผมค่ะ

我想剪发/洗头/染发/拉发/烫发。

ซอยสั้น แต่ข้างหน้าขอเป็นหน้าม้านะคะ　削短，但前面要留刘海。

ดิฉันไม่ทราบว่าจะตัดทรงไหนดี คุณช่วยแนะนำหน่อยสิคะ

我不知道剪什么发型好，你帮介绍一下吧。

ผมทรงนี้ทันสมัยมาก　　　　　　　这个发型很时髦。

ฉันไปยืดผมมา ไม่ชอบผมหยักศก　　我去拉了直发，不喜欢曲发。

ผมทรงนี้เหมาะกับคุณมาก　　　　　这个发型很适合你。

เลือกใช้เครื่องสำอางและครีมบำรุงผิวที่เหมาะกับผิว

选用适合自己皮肤的化妆品和护肤品。

ฉันชอบทาเล็บสีอ่อน ๆ ค่ะ　　　　　我喜欢涂浅色的指甲油。

🎧 ▌▌ การสนทนา　情景对话 ▌▌

บทสนทนาที่ ๑　การตัดผม
会话1　　　　理发

การตัดผม (๑) 理发（ 1 ）

(คุณเซียวอี้พบกับคุณหลินเหม่ยเจียที่หน้าประตูมหาวิทยาลัย)

（肖艺在校门口遇见林美嘉。）

ก : ตัดผมใหม่หรือคะ เข้ากับหน้าดีจัง

甲 : 剪了新发型吗? 很适合你的脸型哦!

ข: ใช่ค่ะ ผมเสียมากเลย ไปตัดมาเมื่อวาน แถว ๆ หอพักนี้แหละ

乙：是呀，头发受损严重，昨天去剪的，就在宿舍这一带。

ก: สวยมากเลยค่ะ แพงไหม ร้านอยู่ที่ไหนคะ พาไปหน่อยได้ไหม

甲：很好看！贵吗？店面在哪儿？可以带我去吗？

ข: ไปสิ ว่างวันไหนล่ะ ราคาก็ไม่แพงนะ

乙：好啊！你哪天有空？价格也不贵。

ก: ทำสีผมราคาประมาณเท่าไร พรุ่งนี้ฉันจะไปทำ

甲：染发大概多少钱？我明天去染。

ข: ผมยาวน่าจะ ๓๐๐ – ๕๐๐ หยวน พรุ่งนี้ฉันจะพาไปนะ

乙：长头发的话应该300-500元间，我明天带你去。

การตัดผม (๒) 理发（ 2 ）

(ในร้านตัดผม)

（在理发店）

ก: จะทำผมทรงอะไรครับ

甲：做什么发型呢？

ข: อยากเปลี่ยนทรงผมค่ะ แนะนำหน่อยได้ไหม

乙：想换发型，你能介绍一下吗？

ก: ผู้หญิงที่ไว้ผมยาวประบ่าดูสวยดี หรืออยากลองตัดผมสั้น ผมสั้นดูแล
ง่าย ไม่ต้องจัดทรงทุกวัน

甲：留齐肩长发的女生看起来很美，或者想尝试一下剪短发？短发
好打理，不用每天做造型。

ข: งั้นซอยสั้น แต่ข้างหน้าขอเป็นหน้าม้านะคะ

乙：那就削短吧，但前面要留刘海。

ก: ได้ครับ ปกติแสกข้างไหนครับ

甲：好的。平时头发往哪边分呢？

ข: แสกขวาค่ะ

乙：往右分。

บทสนทนาที่ ๒　การเสริมสวย
会话2　　　美容

(คุณนภากับคุณกิ่งแก้วพูดคุยเรื่องการเสริมสวย)
（娜帕小姐与晶娇小姐谈论美容方面的事情。）

ก：เล็บสวยจัง ไปทำที่ร้านไหนคะ
甲：你指甲真漂亮！去哪个店做的？

ข：ในเซ็นทรัล ชั้น ๓ ค่ะ
乙：在中央百货3楼。

ก：มือก็นิ่ม ผิวขาวเนียนดีจัง ใช้ครีมอะไรคะ
甲：你的手很柔软，皮肤也很细白，你用什么霜呀？

ข：ก็ไม่ได้ใช้อะไรพิเศษนะ แค่เมื่อวานไปขัดผิวมา อาบน้ำแร่แช่น้ำนม
乙：也没用什么特别的，不过是昨天去了死皮而已，洗矿泉浴和牛

　　奶浴。

ก：จริงเหรอ ที่ไหนคะ
甲：真的吗？在哪儿？

ข：ที่เซ็นทรัลนั่นแหละค่ะ ในคลีนิก
乙：就在中央百货，在诊所里。

ก：แล้วยังมีบริการอะไรอีกบ้างคะ
甲：还有些什么服务项目？

ข：มีบริการนวดหน้า เสริมจมูก เสริมเต้านม และทำตา ๒ ชั้นค่ะ
乙：有脸部按摩、隆鼻、隆胸，做双眼皮等。

ก：ได้ผลดีไหมคะ
甲：效果好吗？

ข：ไม่เลวนะ มีดาราไปทำเยอะ

乙：还不错，很多明星都去做。

ก：มีคอร์สเจ้าสาวไหม ราคาเท่าไรคะ

甲：帮化新娘妆吗？多少钱？

ข：มีค่ะ ๕，๐๐๐ กว่าบาท จะแต่งงานแล้วหรือคะ

乙：有的，5,000多铢，要结婚了吗？

ก：อ๋อ ไม่ใช่ค่ะ พอดีเพื่อนจะแต่งงาน ก็เลยอยากพาเธอไป

甲：噢，不是，刚好有朋友要结婚，想带她去。

ข：ก็ร้านเดียวกันแหละค่ะ มีครบ

乙：就在同一家店，样样齐全！

บทสนทนาที่ ๓ การบำรุงผม
会话3 头发护理

(คุณเหม่ยอิงกับเพื่อนพูดคุยเรื่องการบำรุงผม)

（美英和朋友在谈论头发护理的问题。）

ก：เหม่ยอิง ผมเธอสวยจังเลย ปกติเธอบำรุงอย่างไรคะ

甲：美英，你的头发真漂亮！平时是怎么保养的？

ข：มีเคล็ดลับ แต่ต้องดูว่าเป็นผมมันหรือผมแห้งค่ะ

乙：有秘诀哦，但要看头发是油性的还是干性的。

ก：ตอนนี้ผมมีปัญหาแห้งเสียค่ะ

甲：现在我头发的问题是干枯受损。

ข：เธอเคยดัดผมหรือย้อมผมมาก่อนหรือเปล่าคะ

乙：你之前烫过发或染过发吗？

ก：เคยดัดผมมาค่ะ หลังจากนั้นผมก็เสีย

甲：烫过发，从那以后发质就受损了。

ข：การดัดผมหรือการย้อมผมทำให้ผมเสีย เธอน่าจะบำรุงผมเป็นประจำนะ

乙：烫发或染发很伤发，你应该定期护理头发。

ก : บอกหน่อยสิคะ ควรบำรุงผมอย่างไรคะ

甲：你说说看呀，应该如何护理头发。

ข : เวลาสระผมให้นวดหนังศีรษะไปด้วย

乙：洗头的时候，你要按摩一下头皮。

ก : ทำให้เลือดหมุนเวียนใช่ไหมคะ

甲：使血液循环是吗？

ข : ถูกต้องค่ะ และเธอควรใช้ยาสระผมและครีมนวดผมยี่ห้อเดียวกันค่ะ

乙：对！还有你应该使用同一品牌的洗发液和护发素。

ก : หรือคะ ฉันมักใช้คนละยี่ห้อ

甲：是吗？我总用不同的牌子。

ข : เมื่อสระผมเสร็จ รอให้ผมแห้งก่อนแล้วค่อยหวีผมนะคะ

乙：洗完头，等头发干了再梳头。

ก : ทำไมล่ะคะ

甲：为什么呢？

ข : หวีผมขณะที่ผมยังเปียกอยู่ จะทำให้เส้นผมขาดง่ายค่ะ

乙：头发湿的时候梳头，头发容易断。

ก : แล้วยังต้องระวังอะไรอีกไหมคะ

甲：还有什么需要注意的吗？

ข : พยายามหลีกเลี่ยงการใช้เครื่องเป่าผมค่ะ เพราะว่าความร้อนจะทำให้ผมเสีย

乙：尽量避免使用吹风筒，因为吹风筒的温度会损伤头发。

ก : เข้าใจแล้วค่ะ ขอบคุณมากค่ะ

甲：明白了，非常感谢！

บทสนทนาที่ ๔ การนวด
会话4　　　　按摩

(ในร้านนวด)
（在按摩店）

ก：เชิญนั่งค่ะ

甲：请坐!

ข：ขอบคุณค่ะ

乙：谢谢!

ก：นวดแบบไหนดีคะ

甲：需要什么类型的按摩呢?

ข：มีนวดแบบไหนบ้างคะ

乙：有哪些类型的按摩呢?

ก：มีนวดเท้า นวดตัว นวดคลายเครียด นวดน้ำมัน เอาแบบไหนดีคะ

甲：有足部按摩、全身按摩、减压式按摩、推油，您需要哪种类型的呢?

ข：นวดตัวค่ะ

乙：全身按摩吧。

ก：เชิญทางนี้เลยค่ะ ถอดรองเท้า ถอดนาฬิกาข้อมือ เปลี่ยนชุดและเก็บเครื่องประดับไว้กับตัวคุณด้วยนะคะ

甲：这边请! 请脱鞋，摘下手表，换衣服并保管好您的饰品。

ข：ค่ะ

乙：好的。

ก：เชิญนอนบนเตียงนี้ค่ะ ผ่อนคลาย ทำตัวให้สบาย ๆ หากรู้สึกเจ็บ โปรดบอกดิฉันด้วยนะคะ

甲：请躺下，放松，如果感到疼痛，请告诉我。

ข：ช่วยเน้นตรงบ่าให้ด้วยนะคะ

乙：麻烦多按一下肩膀。

ก：ได้ค่ะ ดิฉันจะกดให้หนักขึ้นกว่าเดิมเล็กน้อยนะคะ ทำตัวสบาย ๆ นะคะ

甲：好的，我会加重力度的，请放松。

(หนึ่งชั่วโมงผ่านไป   一个小时过去了)

ข：ขอบคุณค่ะ สบายตัวมาก ๆ เลย

乙：谢谢！非常舒服！

ก：ขอบคุณค่ะ โอกาสหน้ามาใช้บริการ "Thai Spa" ใหม่นะคะ

甲：谢谢！欢迎下次继续光临我们 "Thai Spa"。

คำศัพท์ 词汇表

ทรง	发型	ตัด	剪
ซอย	削	ไว้	留
แสก	分开，岔开	สระผม	洗头
ปล่อย	放	รวบ	收拢，收集
กันคิ้ว	修眉	สิว	痘，粉刺
ผิว	皮肤	เนียน	柔软，柔细
ครีม（cream）膏状物		เล็บ	指甲
ย้อมผม	染发	เป่าผม	吹头发
โกนหนวด	刮胡子	ยืดผม	拉直发
ดัดผม	烫发	(ผม)หน้าม้า	刘海
ทันสมัย	时尚，时髦	หยักศก	（头发）微曲
เครื่องสำอาง	化妆品	บำรุง	保养，保护
ทา	涂，抹	สีอ่อน	浅色
เข้า	协调，相配	เสริมสวย	美容
นิ่ม	柔软	ขัดผิว	去死皮
น้ำแร่	矿泉水	แช่	浸，泡

คลินิก（clinic）诊所	นวดหน้า 脸部按摩
เสริมจมูก 隆鼻	เสริมเต้านม 隆胸
ครบ 满，全，齐全	เคล็ดลับ 秘诀，诀窍
ผมมัน 油性头发	ผมแห้ง 干性头发
หนังศีรษะ 头皮	เลือด 血，血液
หมุนเวียน 循环	ยาสระผม 洗发水
ครีมนวดผม 护发素	มัก 往往，常常
เส้นผม 发丝	ขาด 断，破
หลีกเลี่ยง 避免，回避	ความร้อน 热度，温度
นวด 按摩	นวดเท้า 足部按摩
คลายเครียด 减压	นวดน้ำมัน 推油
นาฬิกาข้อมือ 手表	เจ็บ 疼，痛
เน้น 加重，着重	กด 按，压

ข้อสังเกต 注释

1.เข้า 动词，多义词，主要意思有：

（1）"进，入，进入"。例如：

เชิญเข้ามานั่งก่อน 请先进来坐。

เธอสอบเข้ามหาวิทยาลัยชนชาติกว่างซีเมื่อปีที่แล้ว

她去年考上了广西民族大学。

（2）"就位"。这时的"เข้า"常与某些词语组成固定的搭配。例
如：เข้าเรียน 上课，เข้าแถว 排队，เข้าทำงาน 上班，等等。

（3）"融合，适合，协调，相配"。例如：

ใส่แว่นตานี้เลย เข้ากับทรงผมคุณดี

戴这副眼镜吧，很适合你的发型。

รองเท้าคู่นี้กับกระโปรงที่คุณซื้อมาใหม่เข้ากันดีจริง ๆ

这双鞋和你新买的裙子很相配。

（4）"融洽，合拍，相投"。例如：

ถึงเราจะมาจากคนละประเทศ แต่เราก็เข้ากันได้ดี

虽然我们来自不同的国家，但我们相处得很融洽。

ถึงเราสองคนมีนิสัยต่างกัน แต่ก็เข้ากันได้ดี

尽管我们俩的性格各异，但也能够融洽相处。

2. แค่ 副词，意思是"仅仅，仅此，不过……而已"，可以用于数量、距离、程度、规模、进程等方面。例如：

เป็นแค่เรื่องเล็ก ๆ ไม่เห็นจะต้องกลุ้มใจเลย

不过是件小事而已，犯不着闷闷不乐。

ผมก็แค่อยากพูดความจริง 我只不过想把事实说出来。

แค่还常常跟 นี้，นั้น，ไหน 或数量词组搭配，意思仍是"仅仅，仅此"，而当 แค่ 与 ไหน 搭配使用时，要译为"多（么）……"。

例如：

ไม่ว่าจะลำบากแค่ไหน เราก็ไม่เคยบ่น

不管有多困难，我们都不曾抱怨。

คุณมีอีกไหม แค่นี้มันไม่พอ 你还有吗？仅仅这么一点儿不够。

เหลือแค่ ๕ นาทีเท่านั้น เราไปไม่ทันแล้ว

只剩下五分钟，我们来不及去了。

3. ครบ 动词，主要有两个意思：

（1）"满，满额"。例如：

เขาอยู่เมืองไทยครบ ๒ ปีแล้ว 他待在泰国满两年了。

เธอเรียนภาษาไทยยังไม่ครบปี แต่ก็พูดไทยได้คล่องมาก

她学泰语还没满一年，却能够说一口流利的泰语了。

（2）"全，齐全"。例如：

เครื่องใช้ต่าง ๆ ครบหรือยังคะ 各种用品都齐全了吗？

ต้องรอให้คนมาครบก่อน ถึงจะเริ่มได้ 要等人来齐了才能开始。

4. คนละ 副词，意思是"每人，一人"。例如：

อาจารย์ให้นักศึกษาตอบคำถามคนละ ๓ ข้อ

老师让每个学生回答3个问题。

แม่ซื้อกระเป๋าหนังสือให้ลูก ๆ คนละใบ

妈妈给每个孩子买了一个书包。

此外，คนละ还可以表示"不同的"的意思。例如：

แม้ว่าเธอทั้งสองมาจากคนละประเทศกัน แต่ก็เป็นเพื่อนสนิทกันได้

虽然她们俩来自不同的国家，但也可以成为好朋友。

เราเรียนอยู่ในโรงเรียนเดียวกัน แต่อยู่คนละห้อง

我们在同一个学校读书，但在不同的班级。

คำศัพท์เพิ่มเติม 补充词汇

ช่างตัดผม	理发师	วิก（wig）	假发
ผมปลอม	假发	ขี้รังแค	头皮屑
ปลายผม	发尾	ผมตรง	直发
ผมหยิก	卷发	ผมเป็นลอน	波浪卷（发）
จอน	鬓发，鬓角	ผมหงอก	白头发
ผมแตกปลาย	头发分叉	เล็ม	修边
อบไอน้ำ	焗油	ไดร์（dry）	干
ที่หนีบผม	发夹	เครา	胡须
หนา	厚；密	แต่งตัว	打扮
ตัดเล็บ	剪指甲	น้ำยารองพื้น	护甲油
สบู่	肥皂	น้ำหอม	香水
กระจก	镜子		

รูปประโยคเพิ่มเติม　句型拓展

จะใช้...ไหม	要用……吗？
...ก่อนดีไหม	先……好吗？
มี...ให้เลือกไหม	有……可供选择吗？
...ล้าสมัย	……过时了
...ก็พอ ไม่ต้อง...	……就行了，不用……

แบบฝึกหัด　练习

一、根据中文意思完成下列填空。

1. ฉันเบื่อที่จะ＿＿＿＿＿ผมยาวแล้ว วันเสาร์นี้ต้องไปเปลี่ยนทรงผมใหม่ให้ได้

　　我很厌倦留长发了，这周六我一定要去换新发型。

2. หนังสือที่ผมซื้อเมื่อ ๒ วันก่อน ก็＿＿＿＿＿หนังสือธรรมดาไม่มีอะไรพิเศษ

　　我前两天买的那本书，不过是本普通的书，没有什么特别的。

3. ฉันกับน้องชายเรียน＿＿＿＿＿ที่กัน

　　我和弟弟在不同的地方上学。

4. ＿＿＿＿＿กันคิ้วหน่อยไหมคะ มันดูหนาเกินไป

　　需要修一下眉吗？看起来太浓密了。

5. แม้ว่าคนยังมากันไม่＿＿＿＿＿แต่เราก็ต้องเริ่มประชุมกันแล้ว

　　虽然人还没来齐，但我们也要开始开会了。

二、用泰语表达下列句子。

1. 这个发型好打理。

2. 再过两个月，他就满六岁了。

3. 你喜欢涂什么颜色的指甲油？

4. 你应该定期护理头发。

5. 我想烫卷发，并染成黄色。

6. 我不喜欢留长发，想剪短发。

7. 平时你是如何护理头发的?

8. 直发不适合我，我喜欢卷发。

9. 需要按摩脸部吗?

10. 我剪短发好看还是留长发好看?

三、用泰语回答下列问题。

1. 你平时是如何护理头发的?

2. 你喜欢什么发型? 你喜欢经常变换发型还是喜欢固定保持一个发型? 为什么?

3. 你认为按摩有什么好处? 你常去按摩吗? 按摩之后你感觉如何?

ความรู้ที่เกี่ยวข้อง **常识**

泰国的按摩业非常发达，大街小巷上随处可见大大小小的按摩店。泰式按摩风靡世界，是各种按摩中最为激烈，动作幅度最大的。按摩师通过按、摸、拉、拽、揉、捏等手法，从脚趾开始顺序向上按摩至头顶结束，而背部、腰部和各个关节则是按摩的重点。泰式按摩，可以舒缓肌肉，活动关节，增强身体柔韧性。经常性地进行泰式按摩，还可以保健防病，健体美容。如果想体验更专业的泰式按摩，推荐卧佛寺里的传统泰式按摩学校。此外，泰国的SPA业也很发达，SPA场所非常多，很多美容院和酒店都纷纷推出各种SPA服务，且各具特色，如水疗、蒸汽浴、牛奶浴、温泉浴、矿泉浴、芳香按摩等。

泰国的按摩业或者SPA业，服务态度都非常周到，配套设施也很齐全。在完成按摩或者SPA后，付账的同时最好再附上适当的小费，一般是20泰铢起，以表示感谢之意，以及对对方工作的认可。

บทที่ ๒๑　สุขภาพ
第二十一课　健康

รูปประโยคพื้นฐาน　基本句型

...เป็นอะไร（ไป/มา）	……怎么了？
ไม่สบายตรง...	……不舒服
ขอดู...หน่อย	让我看一下……
...คิดต่างหาก	……另付
...เยอะ ๆ/มาก ๆ	多……

ประโยคทั่วไป　常用句子

วันนี้เป็นอะไรไปคะ หน้าตาดูไม่สบายเลย
今天怎么了？看起来不舒服的样子。

ไปหาหมอหรือยังคะ　去看病了吗？
ไม่สบายตรงไหนครับ　哪里不舒服？
มีน้ำมูกด้วยหรือเปล่าครับ　流鼻涕吗？
รู้สึกอย่างนี้มานานหรือยังครับ　这种症状持续多长时间了？
หมอขอดูหน่อยได้ไหมครับ อ้าปากกว้าง ๆ ครับ
可以给我看一下吗？张大嘴巴。

คุณเคยทานยาอะไรมาบ้างหรือเปล่าครับ
你吃过什么药了吗？

ยานี้ทานอย่างไรคะ　这药怎么服用？
ต้องทานก่อนอาหารหรือหลังอาหารคะ　饭前服用还是饭后服用？
หมอคะ ช่วยสั่งยาเม็ดได้ไหมคะ ดิฉันไม่ชอบกินยาน้ำ

医生，请开药片给我可以吗？我不喜欢喝药水。

การตรวจร่างกายรวมรายการอะไรบ้างคะ　体检包括哪些项目？

ผมต้องอยู่โรงพยาบาลไหมครับ　我需要住院吗？

ผมโดนมีดบาด มีพลาสเตอร์ปิดแผลไหมครับ

我被刀割伤了，有创可贴吗？

ถ้ารู้สึกไม่สบาย ต้องรีบไปหาหมอทันทีนะ

如果感到不舒服，要赶紧去看医生。

กรุณาไปลงทะเบียนก่อนค่ะ　请先挂号。

กรุณาจ่ายค่ารักษาก่อน　请先交费。

คุณมีไข้สูง ๓๙ องศา　你发烧39度。

นี่คือใบสั่งยาของคุณครับ　这是你的药方。

อย่าลืมทานยานะคะ　别忘了吃药。

ให้ทานยาก่อนอาหาร ๓๐ นาที　饭前30分钟服药。

ทานยาแล้วดื่มน้ำมากๆ　服药后多喝水。

ยาชนิดนี้แก้อักเสบได้ค่ะ　这种药可以消炎。

ค่ายาคิดต่างหากค่ะ ไม่รวมอยู่ในค่าตรวจ

药费另付，不包含在检查费里面。

พักผ่อนเยอะๆ นะ จะได้หายเร็วๆ

多休息，这样才能快点好。

ขอให้หายเร็วๆ นะคะ　祝你早日康复。

ค่อยยังชั่วแล้วค่ะ　稍有好转了。

การสนทนา 情景对话

บทสนทนาที่ ๑ การปวดฟัน
会话1 牙痛

（คุณหวังหมิ่นมาหาคุณเฉิงจิ้งที่หอพัก）
（王敏到宿舍找程静。）

ก：เป็นอะไรหรือเปล่า ทำไมหน้าดูบวม ๆ
甲：你怎么了？为什么看起来脸有点肿？

ข：ปวดฟันข้างนี้มาก เคี้ยวข้าวไม่ได้เลย
乙：我这一边牙齿痛，饭都嚼不了。

ก：เป็นมากี่วันแล้ว
甲：痛几天了？

ข：เป็นมา ๓–๔ วันแล้วล่ะ
乙：痛3–4天了。

ก：กินยาหรือเปล่า
甲：吃药了吗？

ข：กินเฟินปี้เต๋อ ปู้โล่เฟิน อะไรพวกนี้มาแล้ว ค่อยยังชั่วหน่อย แต่ยังไม่หายเลย
乙：吃了“芬必得”“布洛芬”之类的药，稍有好转，但还没好。

ก：ทำไมไม่ไปหาหมอที่โรงพยาบาลล่ะ
甲：为什么不去医院看一下呢？

ข：ตอนแรกนึกว่ากินยาแก้ปวดแล้วจะหาย
乙：原本以为吃了止痛药就会好。

ก：ต้องให้หมอตรวจดูว่าฟันเป็นอะไร ฟันอาจจะผุก็ได้นะ
甲：要让医生检查看你的牙齿怎么了，有可能是蛀牙。

ข：ทำไมฟันถึงผุได้นะ
乙：为什么会有蛀牙呢？

ก：รักษาความสะอาดช่องปากไม่ดีมั้ง
甲：没有保持口腔清洁吧。

ข：แต่แปรงฟันวันละ ๒ ครั้ง เช้าและก่อนนอนนะคะ
乙：但我每天刷两次牙，早晚都会刷。

ก：กินของหวานบ่อย ๆ หรือเปล่า คนที่กินของหวานบ่อยฟันจะผุง่าย
甲：你是不是经常吃甜点？经常吃甜点的人，容易有蛀牙。

ข：ฉันชอบกินของหวานมาก พอฟังพูดอย่างนี้ น่ากลัวว่าจะต้องไปหาหมอฟันแล้ว ไปเป็นเพื่อนฉันหน่อยได้ไหม
乙：我很喜欢吃甜点。听你这么一说，恐怕要去找牙医了，你可以陪我去吗？

ก：ได้ ไปเดี๋ยวนี้เลย
甲：可以啊！现在就去吧。

บทสนทนาที่ ๒ การหาหมอ
会话2 看病

（คุณเบญจมาศไปหาหมอที่โรงพยาบาล คุณหมอกำลังถามอาการของเธออยู่）
（本乍蔓到医院看病，医生正在询问她的病情。）

ก：สวัสดีค่ะ คุณหมอ
甲：你好！医生。

ข：สวัสดีครับ เป็นอะไรมา ไม่สบายตรงไหนบ้างครับ
乙：你好！怎么了？哪里不舒服？

ก：ปวดหัว และรู้สึกเจ็บคอด้วยค่ะ
甲：头痛，喉咙也痛。

ข：หมอขอดูคอหน่อยนะ อ้าปากกว้าง ๆ สิ โอ้โฮ คอแดงมากครับ เจ็บมากไหม
乙：让我看一下喉咙，张开嘴巴。噢，喉咙很红！痛得很厉害吗？

ก: มากค่ะ เวลาพูดและทานข้าว
甲: 说话和吃饭的时候很痛。

ข: มีอาการอย่างนี้มานานหรือยังครับ
乙: 这种症状持续多长时间了？

ก: ประมาณอาทิตย์กว่า ๆ แล้วค่ะคุณหมอ
甲: 大概一个多星期了。

ข: ผมว่าคุณติดไวรัส อาจจะเป็นไข้ด้วยใน ๒–๓ วันนี้ ผมจะให้ยาแก้อักเสบ
   อาการจะได้ไม่มากกว่านี้ครับ
乙: 病毒感染了，这2-3天可能还会发烧。我给你开消炎药，避免病
   情加重。

ก: หมอคะ ช่วยสั่งยาเม็ดได้ไหมคะ ดิฉันไม่ชอบทานยาน้ำ
甲: 医生，请开药片给我可以吗？我不喜欢喝药水。

ข: คุณได้ทานยาอะไรมาบ้างหรือเปล่าครับ
乙: 你吃过什么药了吗？

ก: ยังไม่ได้ทานยาอะไรเลย
甲: 没有吃过。

ข: คุณแพ้ยาอะไรหรือเปล่าครับ
乙: 对什么药物过敏？

ก: ดิฉันแพ้เพนนิซิลลินค่ะ
甲: 我青霉素过敏。

ข: นี่คือใบสั่งยาของคุณ เชิญไปรับยาที่แผนกจ่ายยานะครับ
乙: 这是你的药方，请到药房取药。

ก: คุณหมอคะ ยานี้ทานอย่างไรคะ
甲: 医生，请问这药怎么服用？

ข: วันละ ๓ ครั้ง เช้า บ่าย เย็น ครั้งละ ๒ เม็ดครับ
乙: 每天分早、中、晚3次服用，每次两粒。

ก：ต้องทานก่อนอาหารหรือหลังอาหารคะ
甲：饭前服用还是饭后服用？

ข：ก่อนอาหาร ๓๐ นาทีครับ กรุณาอ่านฉลากก่อนทานยานะครับ ช่วงนี้พยายามดื่มน้ำให้มาก ๆ พักผ่อนเยอะ ๆ
乙：饭前30分钟服用。服药前请先看标签。这段时间尽量多喝水，多休息。

ก：ขอบคุณค่ะคุณหมอ
甲：谢谢医生！

บทสนทนาที่ ๓ การหาหมอแผนโบราณจีน
会话3 看中医

（คุณหลงหุ้ยไปหาหมอที่คลินิกหมอแผนโบราณจีน）
（龙慧到中医诊所看病。）

ก：คุณหมอคะ ดิฉันปวดไหล่ปวดคอค่ะ
甲：医生，我肩颈痛。

ข：หมอขอดูหน่อยนะครับ ผมกดตรงนี้ รู้สึกปวดไหมครับ
乙：让我看一下。我按这里时，你觉得痛吗？

ก：ปวดค่ะ รู้สึกคอแข็งมาก บางทีแขนชาด้วยค่ะ
甲：痛，我感觉脖子很僵硬，有时手臂会麻。

ข：คุณเริ่มรู้สึกปวดแบบนี้ตั้งแต่เมื่อไรครับ
乙：你从什么时候开始有这种痛感的？

ก：เมื่อ ๒–๓ เดือนก่อนค่ะ ตอนแรกไม่ค่อยสนใจ มาตอนหลังรู้สึกว่าปวดขึ้นทุกทีค่ะ
甲：2–3个月前，刚开始时不太注意，后来觉得越来越痛。

ข：กล้ามเนื้อไหล่และคออักเสบนะครับ
乙：你得了肩周炎。

ก : เป็นมากไหมคะคุณหมอ มีวิธีรักษายังไงคะ

甲 : 严重吗，医生？怎么治疗呢？

ข : ฝังเข็มครับ ก่อนฝังเข็ม หมอจะนวดให้นะครับ

乙 : 针灸。针灸之前，我会先帮你推拿。

ก : ฝังเข็มและนวดครั้งหนึ่งต้องใช้เวลานานเท่าไรคะ

甲 : 针灸和推拿一次需要多长时间？

ข : ประมาณ ๒ ชั่วโมงครับ

乙 : 大概2个小时。

ก : ต้องใช้เวลารักษานานเท่าไรถึงจะหายคะ

甲 : 要治疗多久才能痊愈？

ข : ๑ เดือนครับ

乙 : 一个月。

ก : ต้องทานยาด้วยไหมคะ

甲 : 要吃药吗？

ข : ทานยาจีนด้วยจะได้ผลดีขึ้นครับ

乙 : 吃中药配合治疗效果会更好。

ก : ต้องระวังอะไรบ้างคะ

甲 : 要注意些什么？

ข : ห้ามทานอาหารทะเล อาหารทอดและอาหารมัน และควรทานอาหารที่ช่วย
ให้เลือดหมุนเวียนดีขึ้น

乙 : 忌吃海鲜、油炸和肥腻食品，并且应多吃促进血液循环的食
物。

ก : ขอบคุณค่ะ ดิฉันอยากจะเริ่มรักษาตั้งแต่วันนี้เลยได้ไหมคะ

甲 : 谢谢！我想今天就开始治疗，可以吗？

ข : ได้ครับ กรุณานอนลงครับ หมอจะนวดให้

乙 : 好的，请躺下，我先帮你推拿。

บทสนทนาที่ ๔ การตรวจร่างกาย
会话4　　　　体检

（ คุณส้มหวานสอบถามเรื่องการตรวจร่างกายที่เคาน์เตอร์โรงพยาบาลเอกชน ）
（ 宋婉小姐在一家私立医院的前台咨询体检事宜。 ）

ก：สวัสดีค่ะ
甲：您好！

ข：ดิฉันมาตรวจร่างกาย ขอใบรับรองแพทย์ค่ะ
乙：我来体检，开健康证明。

ก：สำหรับใช้ทำอะไรคะ
甲：开健康证明的用途是什么呢？

ข：สมัครงานค่ะ ต้องตรวจอะไรบ้าง
乙：应聘工作用的，需要检查些什么项目呢？

ก：ถ้าใช้สมัครงาน ก็ตรวจเลือด ตรวจปัสสาวะ ความดัน และเอกซเรย์ปอดค่ะ
甲：如果是应聘工作用，就是验血、验小便、血压、胸透。

ข：ค่าตรวจแพงไหม
乙：体检费贵吗？

ก：ประมาณ ๒,๐๐๐ บาทค่ะ ไม่แพงค่ะ
甲：大概2,000铢，不贵。

ข：ต้องเตรียมตัวอย่างไรคะ
乙：需要做什么准备呢？

ก：อดอาหาร สำหรับเจาะเลือดค่ะ
甲：要空腹抽血。

ข：เมื่อไรถึงจะได้ผลการตรวจคะ
乙：什么时候才可以取体检结果？

ก：ประมาณ 1 ชั่วโมงค่ะ
甲：大概一个小时。

คำศัพท์ 词汇表

น้ำมูก 鼻涕
ยา 药
ยาเม็ด 药片
ตรวจร่างกาย 体检
โดน 挨，被
พลาสเตอร์ปิดแผล 创可贴
แผล 伤口
ไข้ 发烧
ใบสั่งยา 药方
แก้ 消除，止（痛），治（病）
ค่อยยังชั่ว （病情）稍有好转
บวม 肿，肿胀
ช่องปาก 口腔
เจ็บคอ 喉咙痛
อักเสบ 发炎
เพนนิซิลลิน（penicillin）青霉素
เม็ด 颗，粒，片
แผนโบราณ 古式，老式
แข็ง 僵硬
ชา 发麻，麻木
วิธี 方法，方式
ยาจีน 中药
ใบรับรองแพทย์ 健康证明
อ้าปาก 张嘴，开口
สั่งยา 开药方
ยาน้ำ 药水
อยู่โรงพยาบาล 住院
บาด 割伤
ปิด 粘，贴
รักษา 治疗；保持
องศา 度，度数
ปัสสาวะ 小便
หาย 痊愈
ปวดฟัน 牙痛
ผุ 烂，腐
ปวดหัว 头痛
ไวรัส（virus） 病毒
อาการ 症状
แผนกจ่ายยา 药房
ฉลาก 标签
ไหล่ 肩膀
แขน 胳臂
กล้ามเนื้อ 肌肉
ฝังเข็ม 针灸
เอกชน 个人，私人

ความดัน (โลหิต)　血压　　　　เอกซเรย์ (X-ray)　透视

ปอด　肺　　　　　　　　　　　เตรียมตัว　准备

อดอาหาร　饿肚子；禁食　　　　เจาะเลือด　抽血

ข้อสังเกต　注释

1. ปวด 动词，意思是"痛"，常指身体内部的疼痛；เจ็บ 动词，意思是"疼"，但常指身体表面受到创伤或打击而产生的疼痛感，还有一些词语，属于习惯搭配。例如：

   ปวดท้อง　　　　ปวดหัว　　　　ปวดฟัน
   肚子痛　　　　　头痛　　　　　牙痛

   เจ็บคอ　　　　　เจ็บมือ　　　　เจ็บตา
   喉咙痛　　　　　手痛　　　　　眼睛痛

2. หาย 动词，主要有两个意思：

   （1）"痊愈"。例如：

   เขาพยาบาลเธอจนหายป่วย　他照顾她直到她痊愈。
   คุณหายดีหรือยัง　你好了吗？

   （2）"丢，遗失，消失，不见"。例如：

   พจนานุกรมผมหาย　我的字典不见了。
   เธอหายโกรธหรือยัง　她气消了吗？

3. ตรง 多义词，主要用法有：

   （1）副词，意思是"正，直"。例如：

   เดินตรงไปอีกสัก ๑๐ นาทีก็จะถึงบ้านเขา
   再直走大约10分钟就到他家。
   คนไทยมักจะยืนตรงเคารพธงชาติเวลาได้ยินเพลงชาติ
   每当听到国歌响起，泰国人总会立正，向国旗致敬。

（2）副词，意思是"准确"。例如：

คุณต้องกินยาให้ตรงเวลา

你要准时吃药。

รถไฟมาไม่ตรงเวลา เลยทำให้พวกเรามาสายไป ๑ ชั่วโมง

火车没有准时到站，使得我们晚到了一个小时。

（3）副词，意思是"相同，一致"。例如：

ยากที่คนเราจะคิดตรงกัน　人与人的想法很难一致。

ใจเรายังตรงกันอยู่ไหม　我们还是同一条心吗？

ตรง 还可以做介词，用在名词、代词之前，表示人或事物的位置。例如：

ผึ้งมาทำรังตรงหน้าต่างของบ้านเรา　蜜蜂在我们家窗户上筑巢。

คุณช่วยบอกผมหน่อยได้ไหมครับว่าผมผิดตรงไหน

你可以告诉我，我错在哪里吗？

4. เวลา... 连词，意思是"……的时候"。例如：

เวลาเพื่อนต้องการความช่วยเหลือ เขาก็จะช่วยเต็มที่เสมอ

当朋友需要帮助的时候，他总会尽力帮忙。

เวลาคิดถึงบ้าน ผมชอบฟังเพลงนี้　想家的时候，我喜欢听这首歌。

คำศัพท์เพิ่มเติม　补充词汇

ป่วย	病，生病	เจ็บป่วย	病，患病
เจ็บไข้ได้ป่วย	生病，患病	ล้มป่วย	病倒
คนไข้	病人	ประวัติผู้ป่วย	病历
บัตรโรงพยาบาล	就诊卡	ฉีดยา	打针，注射
ผ่าตัด	手术	ห้องฉุกเฉิน	急诊室
ห้อง ICU	重症监护室	อาหารเหลว	流食

เบื่ออาหาร 厌食　　　　　　　　เป็นหวัด 感冒

ไอ 咳嗽　　　　　　　　　　　จาม 打喷嚏

ติดเชื้อ 感染病菌　　　　　　　ปวดท้อง 肚子痛

ปวดกระเพาะ 胃痛　　　　　　ท้องเสีย 腹泻

ท้องผูก 便秘　　　　　　　　　เวียนหัว 头晕

เป็นลม 晕倒　　　　　　　　　อาเจียน 呕吐

คลื่นไส้ 恶心　　　　　　　　　เหน็บชา 麻木

ครั่นเนื้อครั่นตัว 周身不适,（身体）忽冷忽热　เพลีย 疲劳, 疲乏

หน้าซีด 脸色苍白　　　　　　　สั่น 发抖

คัน 痒　　　　　　　　　　　　ไฟลวก 烧伤, 灼伤

เคล็ด （筋骨）扭伤　　　　　　ตะคริว 抽筋

โรคเฉียบพลัน 急性病　　　　　โรคติดต่อ 传染病

โรคมะเร็ง 癌症　　　　　　　　โรคหัวใจ 心脏病

โรคเอดส์ 艾滋病　　　　　　　โรคตาแดง 红眼病

โรคเบาหวาน 糖尿病　　　　　ไส้ติ่งอักเสบ 阑尾炎

ไข้จับสั่น 疟疾　　　　　　　　ไขข้ออักเสบ 关节炎

ความดันโลหิตสูง/ต่ำ 高血压/低血压　อีสุกอีใส 水痘

กระดูกหัก 骨折　　　　　　　ร้านขายยา 药店

ยาทา 外用药　　　　　　　　ยากิน 内服药

ยาแก้ไอ 止咳药　　　　　　　ยานอนหลับ 安眠药

ยาบำรุง 补药　　　　　　　　ยาอันตราย 危险药品

ยาสมุนไพร 草药, 药材　　　　ยาอม 含片

ยาพิษ 毒药　　　　　　　　　แอลกอฮอล์（alcohol） 酒精

แคปซูล（capsule）胶囊　　　ไอโอดีน（iodine） 碘酒

ยาฉีด 针剂　　　　　　　　　ยาดม 通鼻药

พยาบาล 护理　　　　　　　หมอเฉพาะทาง 专家

แพทย์อยู่เวร　值班医生	เภสัชกร　药剂师
ผลข้างเคียง　副作用	เส้นเลือด　血管
ลิ้น　舌头	ต่อมทอนซิล　扁桃腺
ทรวงอก　胸部	ชีพจร　脉搏
เสมหะ　痰	วัด　量，测量
หูฟัง　听诊器；耳机	ปรอท　体温计，温度计
ถอน/อุดฟัน　拔牙；补牙	ฟันปลอม　假牙
แผนกทันตกรรม　牙科	แผนกกุมารเวช　儿科
แผนกสูตินรีเวช　妇产科	แผนกอายุรกรรม　内科
แผนกศัลยกรรม　外科	แผนกจักษุกรรม　眼科
แผนกหูคอจมูก　耳鼻喉科	ตรวจอุจจาระ　验大便

รูปประโยคเพิ่มเติม　句型拓展

มีอาการ...	有……症状
...ทั้งตัว	全身……
ต้องควบคุม...	要控制……

แบบฝึกหัด　练习

一、根据中文意思完成下列填空。

1. ปวดหัวนิดหน่อยค่ะ กินยาเดี๋ยวก็＿＿＿＿＿＿
   头有点痛，吃了药一会儿就好。

2. เธอรออยู่＿＿＿＿＿＿นี้ก่อน เดี๋ยวฉันจะมารับ
   你先在这儿等，等会儿我来接你。

3. คุณต้อง＿＿＿＿＿＿๑ อาทิตย์เพื่อรอดูอาการครับ
   你得住院一星期，观察症状。

4. เขาเดินท่านั้นเป็นเพราะว่าเขา＿＿＿＿＿＿เท้า

他那样子走路是因为他脚痛。

5. ＿＿＿＿＿＿รู้สึกไม่สบาย เราควรรีบไปหาหมอ

当感觉不舒服时，我们应该赶紧去看医生。

二、用泰语表达下列句子。

1. 你对什么药物过敏？

2. 这药每日3次，每次2粒。

3. 我给你开健康证明。

4. 你喉咙有点发炎，要多喝水，多休息。

5. 医生，请问这药是饭前服用还是饭后服用？

6. 昨晚我发烧高达39度，但现在稍有好转了。

7. 你得先去拍片和验血。

8. 医生，我得了什么病？

9. 让我看一下你的喉咙。

10. 别忘了吃消炎药。

三、用泰语模拟下列情景进行对话。

1. 假如你是一名导医，你接待了前来体检的刘明和他母亲。

2. 工丽因为胃痛到医院看病，医生正在询问她的病情。

3. 玛妮到医院看望生病的朋友。

ความรู้ที่เกี่ยวข้อง **常识**

泰国的医院分为公立和私立两种。公立医院收费很便宜，因此人非常多，经常要排很长的队伍，而且条件有限。私立医院硬件条件好，环境好，服务也非常贴心周到，费用一般是公立医院的2至3倍。在泰国私立医院就诊过的人都有这样的感觉，来到了私立医院，就像进入了一个高档会所，在医院门口有轮椅等候着，护士亲切地迎上来询问你的病情，并随时引导你就诊，很快就可以完成就诊。当然了，这些费用都包含在治疗费里了。

　　说起泰国的医疗制度，就不得不提"30泰铢计划"。"30泰铢计划"始于2001年，是泰国特色医疗保险制度，参加该计划的国民到定点医疗机构就诊时，无论是门诊还是住院，每诊次只需支付30泰铢的挂号费。无论是公立或私立医疗机构，只要与政府签约，政府都将采用按人头拨款的方式对所签约的各个医疗机构进行财政补助。"30泰铢计划"只是泰国三种医疗保障方式的其中一种，但这一计划的实施，使泰国的医疗健康服务实现了高覆盖和低价位的目标，从而进入了建立全民健康保障制度的时期。泰国拥有6000多万人口，其中农业人口约占全国总人口的70%，却实现了医疗保障覆盖人口高达95%以上的目标，要知道取得这样的成绩对于一个发展中国家而言，实属不易，这主要得益于其有效而公平的健康保障制度。

บทที่ ๒๒ การแสดงความรู้สึก
第二十二课 情感表达

รูปประโยคพื้นฐาน 基本句型

ขอให้...	祝……
ขอเชิญ...ดื่มเพื่อ...	请……为……干杯
ขอแสดง... (ต่อ/กับ)	（对）……表示……
ขอบคุณ...	谢谢……
ขอบพระคุณที่...	感谢……
ขอโทษที่...	对不起……
ยกโทษให้...	原谅……
ไม่ต้อง...	不用……
อย่า...	别 / 不要……

ประโยคทั่วไป 常用句子

สวัสดีปีใหม่	新年好！
สุขสันต์วันเกิดค่ะ	生日快乐！
ขอให้โชคดี	祝你好运！
ขอให้คุณประสบความสำเร็จ	祝你成功！
ขอให้หายวันหายคืน	祝你早日康复！
ขอให้ท่านมีความสุขในวันขึ้นปีใหม่ครับ	祝您新年快乐！
ขอให้สมความปรารถนาทุกประการ	万事如意！
ขอให้คุณทั้งสองรักกันตลอดไป	祝你们永浴爱河！
ขอให้คุณทั้งสองอยู่คู่กันจนแก่เฒ่า	祝你们白头偕老！

ยินดีด้วยที่ได้เป็นคู่สร้างคู่สมกัน　恭喜你们喜结良缘！

ขอเชิญท่านผู้มีเกียรติดื่มเพื่อสุขภาพของทุกท่านครับ
请各位贵宾为健康干杯！

ผมขอแสดงความยินดีด้วยนะครับ　祝贺你！

ขอบคุณที่ช่วยนะคะ　谢谢你的帮助！

ขอบคุณนะครับที่ดูแลเราอย่างดี　谢谢你周到的照顾！

ขอบคุณที่ต้อนรับอย่างดีค่ะ　谢谢你热情的接待！

ขอบคุณที่ให้กำลังใจตลอดมา　谢谢你一直以来的鼓励！

ขอบพระคุณนะครับที่ให้เกียรติมาร่วมงาน　感谢您赏脸来参加宴会！

ผมขอโทษที่มาช้า　对不起，我来晚了。

ขอโทษที่ทำให้คุณรอนาน　对不起，让你久等了。

ขอโทษครับที่ทำให้คุณต้องลำบาก　对不起，给你添麻烦了。

ขอโทษจริง ๆ ค่ะ ดิฉันไม่ได้ตั้งใจค่ะ　真对不起，我不是故意的。

ขอโทษจริง ๆ ค่ะ คราวหน้าจะไม่ให้เกิดเรื่องแบบนี้อีก
非常抱歉，下次不会再发生这样的事情了。

ไม่ต้องเกรงใจ　不客气。

ไม่เป็นไรค่ะ　没关系。

ไม่เป็นไรค่ะ ดินันผิดเอง　没关系，是我自己弄错了。

เสียใจด้วยค่ะ　我很遗憾。

ไม่ต้องคิดมากนะคะ　不要想太多。

ถึงฝืนใจคบกันไป ก็คงไปกันไม่รอดหรอก
即使勉强在一起，也不会幸福的。

ผมขอแสดงความเสียใจต่อการจากไปของคุณจินนะครับ
我对金先生的逝世表示悲痛。

การสนทนา 情景对话

บทสนทนาที่ ๑ การกล่าวคำอวยพร
会话1 祝福

（คุณเหอเจี้ยนกับคุณเจ้าหงอวยพรปีใหม่ซึ่งกันและกัน）
（何健与赵红相互送上新年祝福。）

ก：สวัสดีปีใหม่ครับ
甲：新年好！

ข：สวัสดีปีใหม่ค่ะ
乙：新年好！

ก：ขอให้หงและครอบครัวมีความสุข มีสุขภาพแข็งแรงด้วยตลอดปีใหม่นี้ครับ
甲：祝你和家人在新的一年里，全家幸福，身体健康！

ข：ขอบคุณค่ะ ปีนี้ขอให้เป็นปีที่ดีอีกปีหนึ่งสำหรับเจี้ยนนะคะ มีความสุข สมหวัง และมีโชค มีลาภ
乙：谢谢！今年对你来说又将是美好的一年，祝你幸福快乐，心想事成，好运连连，福气多多！

ก：ขอบคุณครับ ในปีใหม่นี้ คุณปรารถนาอะไรครับ
甲：谢谢！在新的一年里，你有什么愿望？

ข：ดิฉันหวังว่าจะไม่มีปัญหาเรื่องวีซ่านักเรียนไปเรียนอเมริกาค่ะ
乙：我希望顺利拿到美国留学签证。

ก：คุณตั้งใจจะไปเรียนที่อเมริกาหรือครับ
甲：你打算去美国留学？

ข：ใช่ค่ะ ดิฉันคิดจะต่อปริญญาโทที่โน่นค่ะ
乙：是的，我打算去那边读研。

ก：การขอวีซ่านักเรียนอเมริกายากมากเลยหรือ
甲：要拿到美国留学签证很难吗？

ข : ใช่ค่ะ ค่อนข้างยาก นอกจากต้องเตรียมเอกสารต่าง ๆ แล้ว ยังต้องเตรียมการ
สัมภาษณ์วีซ่าด้วยค่ะ

乙：是的，比较难。除了得准备各种材料，还得准备面签。

ก : คุณเตรียมตัวมานานเท่าไรแล้วครับ

甲：你准备多长时间了？

ข : เตรียมมาหลายเดือนแล้วค่ะ

乙：准备好几个月了。

ก : ใจเย็น ๆ นะ คุณเก่งอยู่แล้ว ขอให้คุณได้วีซ่าอย่างไม่มีปัญหาและ
ประสบความสำเร็จในการเรียนนะครับ

甲：别着急，你一直很棒！祝你顺利拿到签证！学业有成！

ข : ขอบคุณมากค่ะ คุณล่ะคะ มีความปรารถนาอะไรบ้าง

乙：非常感谢！你呢？新的一年有些什么愿望？

ก : ผมหวังว่างานจะน้อยลงจะได้มีเวลาอยู่กับคนที่บ้านมากขึ้น และได้ทำ
สิ่งที่ตัวเองอยากทำบ้างครับ

甲：我希望工作少一些，能有更多时间陪陪家人，做些自己想做的
事情。

ข : หวังสิ่งใดก็ขอให้สมหวังทุกประการนะคะ

乙：我也祝你万事如意！

ก : ขอบคุณครับ

甲：谢谢！

บทสนทนาที่ ๒　การแสดงความยินดีและการขอบคุณ
会话2　　　　　祝贺与致谢

(คุณภาคภูมิ ซึ่งเป็นเพื่อนของคุณมณีวรรณ มาร่วมงานฉลองการเลื่อน
ตำแหน่งของคุณมณีวรรณ)
（帕蓬来参加他的朋友玛妮婉的晋升庆祝宴。）

ก：ขอบคุณนะคะที่ให้เกียรติมาร่วมงานวันนี้

甲：感谢赏脸来参加今天的宴会！

ข：ขอบคุณที่เชิญนะครับมณีวรรณ รู้สึกเป็นเกียรติมากที่ได้มาร่วมงาน
วันนี้ ผมขอแสดงความยินดีด้วยนะครับ คิดอยู่แล้วว่าคุณต้องได้เลื่อน
ตำแหน่งแน่เลย

乙：感谢邀请，能来参加今天的宴会我感到非常荣幸！祝贺你！我
就知道你一定会得到晋升。

ก：ขอบคุณที่ช่วยเหลือดิฉันมาโดยตลอดนะคะภาคภูมิ

甲：感谢你一直以来的帮助！

ข：ไม่ต้องขอบคุณผมหรอกครับ เป็นความสามารถของคุณเอง ขอให้การ
งานของคุณดำเนินไปอย่างดีในตำแหน่งใหม่นะครับ

乙：不用感谢我呀，这是你的本事。我祝你在新的工作岗位工作顺
利！

ก：ขอบคุณค่ะ ขอให้คุณสมความปรารถนาทุกประการ และประสบความ
สำเร็จในการงานด้วยค่ะ

甲：谢谢！我也祝你万事如意，事业有成！

ข：ขอบคุณครับ คุณมีแผนการอย่างไรในอนาคต

乙：谢谢！今后你有什么计划？

ก：ดิฉันจะตั้งใจทำงานให้ดีที่สุด แล้วก็อยากจะเรียนภาษาอังกฤษเพิ่มเติม
ด้วยค่ะ

甲：我会认真地把工作做好，然后还想多学点英语。

ข：ก็ดีนะครับ จะเรียนเองหรือว่าเรียนกับอาจารย์ครับ

乙：也好。打算自学还是跟老师学呢？

ก：ให้อาจารย์มาสอนพิเศษที่บ้านอาจจะดีกว่า มีปัญหาอะไรก็ถามอาจารย์ได้ทันที

甲：请家教可能好些，有问题可以马上问老师。

ข：พอดีผมรู้จักอาจารย์ที่สอนภาษาอังกฤษอยู่ท่านหนึ่ง ถ้าคุณต้องการ

ผมจะแนะนำให้รู้จักนะครับ

乙：刚好我认识一位英语老师，如果需要，我介绍给你认识。

ก：ขอบคุณค่ะ อยากจะเรียนภาษาอังกฤษธุรกิจ แต่ว่างเฉพาะวันเสาร์
อาทิตย์เท่านั้นค่ะ

甲：谢谢！我想学商务英语，但只有周末才有时间。

ข：เดี๋ยวผมจะโทรหาอาจารย์ให้ นัดคุยกันคืนพรุ่งนี้ดีไหม

乙：等会儿我打电话给那位老师，约她明晚聊一聊，好吗？

ก：เกรงใจจังค่ะ

甲：真麻烦你。

ข：ไม่เป็นไรครับ ผมยินดีช่วย

乙：不客气，我乐意为你效劳。

บทสนทนาที่ ๓　การขอโทษ
会话3　　　　致歉

（คุณหลิวลี่โทรศัพท์ขอโทษคุณหยังหลิง）
（刘力打电话向杨玲致歉。）

ก：ขออภัยครับหลิง ที่ไม่ได้ไปงานวันเกิด

甲：杨玲，很抱歉没有参加你的生日宴。

ข：เสียดายจังที่ลี่ไม่ได้มาด้วย ได้รับของขวัญแล้วค่ะ ถูกใจมาก ขอบคุณนะคะ

乙：真遗憾你没有来。收到你的礼物了，很合我的心意，谢谢！

ก：ความจริงหลังเลิกงานผมกำลังเตรียมตัวจะไป แต่พอดีหัวหน้าสั่งงานใหม่
เลยไปไม่ได้ ต้องขอโทษด้วย

甲：其实下班后我正准备去，但刚好领导布置了新的工作，所以去
不了，很抱歉。

ข：ไม่เป็นไรค่ะ

乙：没关系。

ก: แต่ก็ต้องขอขอบคุณที่เชิญ คืนนี้จะว่างไหมครับ ผมอยากเลี้ยงข้าวเป็น
การชดเชยครับ

甲：但也感谢你的邀请！今晚有空吗？我想请你吃饭作为补偿。

ข: ไม่ต้องหรอกค่ะ

乙：不必客气了。

ก: ไปเถอะครับ พอดีเงินเดือนขึ้น ผมเคยบอกว่าถ้าเงินเดือนขึ้นเมื่อไรก็จะ
เลี้ยงไง

甲：去吧。刚好涨工资了，我说过，如果涨工资就请你吃饭的呀。

ข: แหม จริงหรือคะ ยินดีด้วยนะคะ เงินเดือนขึ้นแล้วอย่างนี้ต้องไปฉลอง
สักหน่อย

乙：哎呀，真的吗？恭喜你了！涨工资是得好好庆祝一下。

ก: ได้เลยครับ อยากกินอะไร อาหารจีนหรืออาหารฝรั่งครับ

甲：好的。你想吃什么呢？中餐还是西餐？

ข: แถว ๆ บริษัทมีร้านอาหารไทยที่เพิ่งเปิดใหม่ เขาว่ารสชาติใช้ได้ เรา
ไปลองกินกันไหม

乙：公司附近新开了家泰国餐厅，听说味道不错，我们去尝尝好吗？

ก: ดีจัง ไม่ได้กินอาหารไทยมานานแล้ว

甲：太好了！很久不吃泰餐了。

ข: เลิกงานเจอกันนะคะ

乙：下班后见。

บทสนทนาที่ ๔ การปลอบใจ
会话4 安慰

（ คุณแพรกับคุณทัศนีย์พบกันที่ร้านกาแฟ คุณแพรปลอบใจคุณทัศนีย์ที่เพิ่ง
อกหัก ）

（佩莱和塔莎妮在咖啡厅见面，佩莱安慰刚失恋的塔莎妮。）

ก : ได้ข่าวว่าเธอเพิ่งเลิกกับแฟน เสียใจด้วยนะคะ

甲 : 听说你刚跟男朋友分手了，我感到很遗憾。

ข : ค่ะ กินไม่ได้นอนไม่หลับมา ๓ วันแล้ว

乙 : 是的，这3天寝食难安呀。

ก : คบกันกี่ปีแล้วคะ

甲 : 你们交往几年了呢？

ข : ๓ ปีแล้ว เข้ากันไม่ได้จริง ๆ

乙 : 3年了，性格真的合不来。

ก : แพรเข้าใจค่ะ เพราะแพรก็เคยอกหักมาแล้ว อย่าเสียใจไปเลยนะคะ

甲 : 我理解你的感受，我也经历过。别难过。

ข : นีย์รู้ค่ะ แต่ยังทำใจไม่ได้

乙 : 我也知道，但还没调整过来。

ก : ไม่มีเขาไม่เป็นไรหรอกนะ เมื่อก่อนไม่มีเขา เธอยังอยู่ได้ เขาคงไม่ใช่เนื้อคู่

甲 : 没有他也没事，以前没有他你也过得好好的。也许他并不是你
　　的真命天子。

ข : ถูกต้องค่ะ เราสองคนเข้ากันไม่ได้ ถึงฝืนใจคบกันต่อไป ก็คงไปกันไม่รอดหรอก

乙 : 对。我们俩性格不合，即使勉强继续在一起也不会幸福的。

ก : ช่วงนี้อย่าคิดมากนะ เชื่อแพรเถอะ ไม่มีใครผิดหวังหรือสมหวังตลอด
　　หรอก ให้เวลาเยียวยานะ

甲 : 这段时间不要想太多。相信我，没有人会一直失望或一直如
　　愿，交给时间治愈吧。

ข : นีย์ก็เชื่อว่าเวลาเยียวยาเราได้ คำว่า"อกหัก"บางทีก็ไม่เลวร้ายเสมอไป
　　หรอก บางครั้งการ ไม่มีใครก็เหมือนเป็นอิสระ ต่อไปนี้นีย์ต้องเรียนรู้
　　อยู่กับความเหงา

乙 : 我也相信时间可以治愈。"失恋"有时也并不是件坏事。有时
　　单身就意味着自由，接下来，我要学会和寂寞相处。

ก：แพรหวังว่าเธอเข้มแข็งอดทนกว่านี้นะคะ ก้าวต่อไปข้างหน้า ไม่จมอยู่
กับเรื่องที่แล้วมานะคะ สู้ ๆ

甲：我希望你更坚强，向前走，不要沉湎在过去，加油!

ข：ขอบคุณมากที่ให้กำลังใจนะคะ นีย์จะสู้ ๆ ค่ะ

乙：谢谢你的鼓励! 我会加油的。

บทสนทนาที่ ๕　การแสดงความเสียใจ
会话5　　　　吊唁

（ในงานศพของคุณวีระ พี่ชายของคุณปลาทู）
（在芭图的哥哥维拉先生的葬礼上。）

ก：ปลาทู พี่ขอแสดงความเสียใจกับการจากไปอย่างกะทันหันของพี่ชาย
ด้วยนะคะ

甲：芭图，对你哥哥的突然离去，我感到很悲痛。

ข：ขอบคุณค่ะ

乙：谢谢!

ก：พี่วีระเป็นคนดีมาก ดีต่อเราทุกคน เราคิดถึงเขามาก

甲：维拉哥是个非常好的人，对我们很好，我们都很怀念他。

ข：หนูสนิทกับพี่วีระมาก จนถึงเวลานี้ยังยอมรับไม่ได้ว่าพี่จากไปแล้ว

乙：我跟哥哥感情很好，直到现在我仍无法接受他离开了我们的现
实。

ก：พี่เข้าใจความรู้สึกของเธอ แต่ต้องพยายามทำใจนะคะ พี่วีระเขาไปดีแล้ว

甲：你的感受我很理解，但看开些吧，维拉哥他安息了。

ข：หนูหวังว่าดวงวิญญาณของพี่วีระจะไปสู่สุคติ

乙：我希望他的灵魂能安渡乐土。

ก：ต้องการให้พี่ช่วยอะไรก็บอกมาเลยนะ พี่อยากจะช่วยอะไรเธอบ้าง

甲：需要我帮忙就尽管开口，我想为你做点什么。

ข : ขอบคุณค่ะ หนูและคนในครอบครัวขอขอบคุณที่มาร่วมงาน

乙：非常感谢！我和家人很感谢你来参加哥哥的葬礼！

ก : พี่เป็นห่วงเธอมาก ดูแลตัวเองและคุณพ่อคุณแม่ให้ดี ๆ นะ

甲：我很担心你，好好照顾自己和父母。

ข : ขอบคุณค่ะ

乙：谢谢！

🎧 **คำศัพท์　词汇表**

ขอให้	祝，祝愿	โชคดี	幸运
ประสบ	获得，取得	ความสำเร็จ	成功
หายวันหายคืน	（病情）日益好转	ความสุข	幸福
ปรารถนา	祝愿，愿望	ประการ	样，种，项
เฒ่า	老，年迈	คู่สร้างคู่สม	夫妻
ให้กำลังใจ	鼓励	ฝืนใจ	勉强
คบ	交往	รอด	逃脱
สมหวัง	如愿以偿	ลาภ	运气，幸运
สัมภาษณ์	面试	การแสดงความยินดี	祝贺
เลื่อน	晋升，提升	ตำแหน่ง	职位
อนาคต	将来，未来	เฉพาะ	只，仅
เสียดาย	可惜，遗憾	ถูกใจ	合意，中意
เงินเดือน	工资	ปลอบใจ	安慰
อกหัก	失恋	ทำใจ	按捺心情，抑制情绪
เนื้อคู่	伴侣	เยียวยา	治疗
เลวร้าย	恶劣	ความเหงา	寂寞
เข้มแข็ง	坚强	อดทน	忍耐，忍受

จม 沉迷，沉湎

งานศพ 葬礼，丧事

สนิท 亲密

วิญญาณ 灵魂

เป็นห่วง 担心，担忧

แสดงความเสียใจ 吊唁

กะทันหัน 突然，突如其来

ยอมรับ 接受，承认

สุคติ 善道，天堂之路

ข้อสังเกต 注释

1. ประสบ 动词，意思是 "遇到，遭到，获得，取得"。例如：

เราควรสามัคคีกัน เพื่อช่วยเหลือผู้ประสบอุทกภัย

我们应该团结起来，帮助遭受水灾的人们。

คนที่ขยันย่อมมีโอกาสประสบความสำเร็จมากกว่าคนอื่น

勤奋的人获得成功的机会会比别人多。

2. ดำเนิน 动词，意思是 "进行，实行，执行"。例如：

ไม่ว่าจะลำบากแค่ไหนก็ตาม ชีวิตก็ยังต้องดำเนินต่อไป

无论有多困难，生活还要继续。

เขาถูกเจ้าหน้าที่ตำรวจดำเนินคดีในข้อหาลักทรัพย์

他被警察以盗窃罪立案调查。

คำศัพท์เพิ่มเติม 补充词汇

น้ำใจ 心意

ซึ้งใจ 感动

สวัสดิภาพ 平安，安全

ยั่งยืน 长寿；永恒

บัตรเชิญ 请柬

ความผาสุก 幸福

ราบรื่น 顺利

อายุยืนนาน 长寿

สุขภาพสมบูรณ์ 身体健康

งานมงคล 喜事

ลูกกวาด 糖
รินเหล้า 斟酒
ฮันนีมูน（honeymoon） 度蜜月
ขึ้นบ้านใหม่ 迁新居
มิตรภาพ 友谊
ให้อภัย 原谅，宽恕
กังวล 担心，担忧
เจตนา 存心，故意
ช่างมันเถอะ 随它去吧，甭管它
ร้องไห้ 哭泣
พิธีอำลา 告别仪式
เค้ก（cake） 蛋糕
พิธีแต่งงาน 婚礼仪式
พิธีเปิดร้าน 新店开张
ไมตรีจิต 友谊，友情
เข้มแข็ง 坚强
ถือ 介意
ผิดหวัง 失望
ลำบากใจ 为难
เศร้าโศก 悲伤，忧伤
ฌาปนกิจ 殡葬

รูปประโยคเพิ่มเติม 句型拓展

ขออวยพรให้... 祝……
ยินดี... 乐意……
ในนามของ...ผมขอขอบพระคุณ... 我代表……向……表示感谢
ขอบคุณสำหรับ... 谢谢……
รู้สึก...ต่อ... 对……感到……
ขออภัยที่... 抱歉……

แบบฝึกหัด 练习

一、根据中文意思完成下列填空。

1. แผนการเราไม่อาจ____________ต่อไปได้ เนื่องจากสมาชิกมีความเห็นต่างกัน

我们的方案无法继续进行，因为成员们的意见不统一。

2. ขอบคุณมากที่ต้อนรับเรา_____ดี
谢谢你们的热情接待。

3. ต้องขอโทษแทนคุณหวานด้วยนะคะ เขาไม่ได้_____หรอกค่ะ
我代婉小姐向你赔不是，她不是故意的。

4. ผมคิดไม่ถึงเลยว่าคุณกลับจากปักกิ่งอย่าง_____
我想不到你会突然从北京回来。

5. ขอให้คุณจง_____ความสำเร็จในการเรียน
祝你学业有成!

二、用泰语表达下列句子。

1. 对不起，让你担心了。

2. 感谢你的邀请，但我真的去不了，很抱歉!

3. 请为我们的健康干杯!

4. 感谢你一直以来的帮助!

5. 感谢赏脸来参加今天的宴会!

6. 祝你早日康复!

7. 对不起，我不是故意的。

8. 好好照顾自己和父母。

9. 祝您万事如意!

10. 对不起，给你添麻烦了。

三、用泰语模拟下列情景进行对话。

1. 你把李艳的钢笔弄丢了，你向她道歉并打算买一支新的钢笔还给她。

2. 在宋晓莹的晋升庆祝宴上，朋友们纷纷向其表示祝贺。

3. 通猜先生帮塔莎妮小姐从网上买了一本很珍贵的书，塔莎妮小姐向通猜先生表示感谢。

ความรู้ที่เกี่ยวข้อง **常识**

　　泰国素来是一个温文尔雅、恭谦礼让的文明礼仪之邦，是一个十分注重礼貌礼仪的国度。跟泰国人接触，你会被他们彬彬有礼、温和友善的态度所感染。

　　泰国人待人温婉客气，从不吝啬说感谢，常把"谢谢"挂在嘴边。在泰国，表示"感谢"的词有好几种，如：ขอบใจ ขอบคุณ ขอบพระคุณ 等。ขอบใจ（谢谢）用于上级对下级、长辈对晚辈或用于平辈之间、朋友之间等。ขอบคุณ（谢谢，感谢）用于下级对上级、晚辈对长辈或用于一般人之间、陌生人之间等。ขอบพระคุณ（谢谢您）则是晚辈对长辈、高级官员或尊贵的客人使用的，常在 ขอบพระคุณ 前加个 ขอ 构成 ขอขอบพระคุณ，ขอขอบพระคุณ 比 ขอบพระคุณ 显得更礼貌，更尊重对方。泰国人会依据自己的身份地位或与他人的关系选用不同的表示"感谢"的词。

　　泰国人个性宽容礼让，谦虚谨慎，不喜欢打扰他人，更不愿意得罪他人。当有事情需要打扰他人或向他人求助时，他们常会先说 ขอโทษ（对不起），以表示对打扰他人这一行为致以歉意。此外，ขออภัย 也表示"对不起，请原谅"的意思，但它多用于较正式的场合。

บทที่ ๒๓　การงาน(๑)
第二十三课　工作（一）

รูปประโยคพื้นฐาน　基本句型

ทำไม...	为什么……
เคยทำงาน/ฝึกงานที่...	在……工作/实习过
ทราบ...มาจาก...	通过……知道……
...น่าสนใจ	……值得关注
ให้โอกาส...	给机会……
ชอบ...มากกว่า	更喜欢……
รับปากว่า...	答应……

ประโยคทั่วไป　常用句子

ทำไมถึงอยากเปลี่ยนงานคะ	为什么想要换工作？
ทำไมลาออกจากที่เก่า	为什么要从原单位辞职？
ทำไมคุณถึงอยากมาทำงานกับเรา	
为什么你想到我们公司工作？	
ทำไมคุณถึงคิดว่าตัวเองเหมาะกับงานนี้	
为什么你认为自己适合这份工作？	
จะสมัครตำแหน่งอะไรคะ	你要应聘什么职位？
จบอะไรมาครับ	你是什么专业毕业的？
คุณเคยทำงาน/ฝึกงานที่ไหนมาก่อนหรือเปล่าครับ	
你之前在哪儿工作/实习过吗？	
ทราบข่าวงานนี้มาจากที่ไหน	你从哪儿知道招聘信息的？

คุณพูดได้กี่ภาษา
你会说几门语言？

คุณรู้อะไรเกี่ยวกับบริษัทเราบ้าง
你对我们公司有哪些了解？

คุณอยากทำงานในแผนกอะไร
你想在哪个部门工作？

คุณจะมาเริ่มงานได้เมื่อไร
你什么时候可以来上班？

คุณทำงานกี่ชั่วโมงต่อวัน
你每天工作几个小时？

คุณมีงานอะไรจะแนะนำไหมครับ
你有什么工作介绍给我吗？

ปิดรับสมัครแล้วค่ะ
已经过了招聘期限。

ประวัติการทำงานของคุณน่าสนใจ
你的工作简历很值得关注。

ช่วยส่งประวัติส่วนตัวของคุณทางอีเมลให้เราด้วยนะคะ
请把你的简历通过电子邮件发送给我们。

ช่วยบอกหน่อยได้ไหมครับว่าทำไมเราควรจ้างคุณ
你可以告诉我们聘用你的理由吗？

สัมภาษณ์มาหลายคนแล้ว ไม่มีใครถูกใจสักคน
面试了好几个，没有一个合心意。

คนจบใหม่ได้งานยากกว่าคนมีประสบการณ์
刚毕业的人相对于有工作经验的人更难找工作。

คนจบใหม่ขาดการเตรียมตัวสำหรับชีวิตการทำงาน
刚毕业的人缺少进入职场的思想准备。

ต้องสอบข้อเขียนก่อนนะคะ ถ้าผ่านถึงจะเรียกสัมภาษณ์
要先考笔试，笔试通过了才面试。

เราจะให้โอกาสคุณลองทำงานนี้
我们将给你机会试做这份工作。

ต้องทดลองงาน ๓ เดือนก่อนนะครับ ถ้าผ่าน คุณจะได้บรรจุ
先试用3个月，如果试用通过就可以入职。

พนักงานใหม่ต้องไปอบรมที่ปักกิ่ง ๑ เดือน
新员工要到北京培训一个月。

ผมสนใจการบริหารธุรกิจ
我对企业管理感兴趣。

ผมอยากได้ประสบการณ์ใหม่　　　　　我想得到新的工作经验。

ไม่เคยทำงานที่ไหนมาก่อนเลยค่ะ เพิ่งเรียนจบค่ะ
我还没有任何工作经验，我刚毕业。

เมื่อจบปริญญาตรีแล้วผมอยากหางานก่อน
本科毕业后我想先找工作。

ผมอยากทำงานให้ตรงกับที่เรียนมา
我想从事与所学专业对口的工作。

ผมทำงานร่วมกับคนอื่นได้　　　　　我善于与他人合作。

ผมชอบบรรยากาศการทำงานในบริษัทท่านมาก
我很喜欢贵公司的工作环境。

ผมชอบทำงานในประเทศของเรามากกว่า
我更喜欢在国内工作。

เธอรับปากว่าจะช่วยหางานให้ผม　　　她答应帮我找工作。

🎧 ‖ **การสนทนา　情景对话** ‖

บทสนทนาที่ ๑　การแลกเปลี่ยนความคิดเห็นด้านการหางาน
会话1　　　交流就业观点

（นักศึกษาสองคนซึ่งกำลังจะจบการศึกษาคุยกันเรื่องการหางาน）
（两个即将毕业的大学生在聊有关就业的问题。）

ก：หมู่นี้เป็นอย่างไรบ้าง
甲：最近怎样？

ข：หางานอยู่ คุณล่ะ
乙：找工作呢，你呢？

ก：เหมือนกันเลย กำลังยุ่งกับการส่งใบสมัครงาน
甲：我也是，正忙着投简历。

ข : คุณอยากทำงานอะไร ตรงกับที่เรียนมาหรือเปล่า

乙：你想做什么工作？跟专业对口的吗？

ก : ใช่ เพราะว่าตอนนี้บริษัทต่าง ๆ ล้วนต้องการบุคลากรเฉพาะทาง ผมก็เลย
อยากหางานที่เกี่ยวข้องกับวิชาที่เรียนมา คุณล่ะ ครั้งที่แล้วเจอกัน คุณ
บอกว่าจะไปสัมภาษณ์ที่บริษัทออกแบบ ได้เรื่องไหม

甲：是的，因为现在很多公司都需要专业性的人才，所以我想找跟
专业相关的工作。你呢？上次见面，你说准备去一个设计公司
面试，靠谱吗？

ข : ไม่เลว แต่ผลสอบสัมภาษณ์ยังไม่ออกมา ผมก็ยื่นใบสมัครไปเรื่อย ๆ
งานไหนดีกว่าผมก็จะเลือกงานนั้น

乙：还行，但是面试结果还没出来。我继续投简历，哪个工作好我
就选哪个。

ก : แน่นอนอยู่แล้ว คุณอยากได้งานทำในเมืองเล็กหรือเมืองใหญ่ ถ้าเป็น
เมืองเล็กการแข่งขันจะไม่รุนแรงเท่าไร

甲：那当然了。你想待在小城市还是大城市？如果在小城市的话竞
争就没那么激烈。

ข : ผมอยากได้งานที่ท้าทายหน่อย ส่วนสถานที่ทำงาน ผมไม่เกี่ยง เมืองเล็ก
หรือเมืองใหญ่ก็ได้ คุณล่ะ อยากทำงานเมืองนี้หรืออยากไปเมืองใหญ่

乙：我想找一份富有挑战性的工作。至于工作地点，我倒不在意，
小城市或大城市都可以。你呢？想留在这个城市还是去大城
市？

ก : ถ้าได้งานที่ตรงกับที่เรียนมา และเงินเดือนไม่เลว ผมก็อยากอยู่เมือง
นี้ต่อไป ยังไงก็อยู่ที่นี่มา ๔ ปีแล้ว ชินแล้วครับ

甲：如果能找到一份跟专业对口，待遇也不错的工作，我想继续待
在这儿，毕竟在这里生活了4年，习惯了。

ข : ผมว่าคุณทำได้แน่ ๆ ๔ ปีที่ผ่านมา ใคร ๆ ก็เห็นความพยายามของคุณ
ผมว่าคุณต้องได้งานที่คุณชอบ

乙：我觉得你一定能行！在过去的4年里，你的努力大家都有目共
　　睹，你一定能找到心仪的工作！

ก：ขอบคุณครับ คุณนั่นแหล่ะ เป็นแบบอย่างของผม ผมว่าคุณจะได้งาน
　　ที่ดีมากแน่ ๆ และจะได้แสดงความสามารถของคุณอย่างเต็มที่

甲：谢谢！你才是我学习的榜样！我觉得你一定能找到很好的工
　　作，可以充分展现你的能力。

ข：คุณก็พูดเกินไป ถึงอย่างไร ผมก็เชื่อว่าเราต้องได้งานที่ดีแน่ ๆ ถึงเวลานั้น
　　เราค่อยฉลองกันให้เต็มที่

乙：你过奖了！无论如何，我都相信我们一定会找到好工作的，到
　　时我们再尽情庆祝！

ก：ตกลง

甲：一言为定！

บทสนทนาที่ ๒　การแนะนำการงาน
会话2　　　　　介绍工作

（น้องเพลินโทรหาพี่โจ้ อยากให้พี่โจ้แนะนำงานใหม่ให้）
（小恩打电话给川姐，想让川姐给她介绍新的工作。）

ก：สวัสดีค่ะ พี่โจ้

甲：您好！州姐。

ข：สวัสดีค่ะ ว่าไงคะ น้องเพลิน โทรหาพี่มีธุระอะไรหรือเปล่าคะ

乙：你好！怎么样，小恩，打电话给我有什么事吗？

ก：ขอรบกวนถามอะไรหน่อยค่ะ พอจะมีงานใหม่แนะนำไหมคะพี่โจ้
　　เพลินอยากเปลี่ยนงานค่ะ

甲：想问下您，有新工作介绍给我吗？我想换工作。

ข：อ้าว ทำไมถึงอยากเปลี่ยนงานล่ะคะเพลิน

乙：噢？为什么想换工作呢？

ก : อ๋อ พอดีเพลินทำบริษัทนำเข้ายางรถยนต์มา ๕ ปีแล้ว เลยอยากจะหา
ประสบการณ์งานใหม่ที่ท้าทายยิ่งขึ้นค่ะพี่โจ้

甲 : 噢，我在汽车轮胎进口公司干了5年，想获得一些新的工作经
验，挑战一下自己。

ข : เอาอย่างนี้ไหม น้องเพลินลองมาสมัครงานที่บริษัทพี่ดูไหมล่ะ เป็น
บริษัทนำเข้า-ส่งออกผลไม้กระป๋อง ต้องติดต่อประสานงานกับต่าง
ประเทศทั้งญี่ปุ่น อินโดนีเซีย จีน อเมริกา ฯลฯ

乙 : 这样好吗，你试来我们公司应聘看看吧？我们公司是从事水果
罐头进出口贸易的，需要与国外联系业务，如日本、印度尼西
亚、中国以及美国等。

ก : ฟังดูน่าสนใจดีนะคะ

甲 : 听起来很有意思。

ข : ใช่ค่ะ พี่รู้นะคะว่าน้องเพลินพูดได้หลายภาษา

乙 : 是的，我知道你会说好几门语言。

ก : ถ้ายังไงเพลินจะลองไปสมัครงานพี่โจ้ดูนะคะ

甲 : 那我就去您那儿试应聘看看吧。

ข : ได้เลย อีกอย่าง สวัสดิการที่นี่ดีนะ เบิกค่าใช้จ่ายได้หลายอย่าง มาวันไหน
บอกล่วงหน้านะ พี่จะได้แจ้งฝ่ายบุคคลไว้ล่วงหน้า

乙 : 好的。还有啊，我们公司福利不错，很多开销都可以报销。你
哪天来提前跟我说一声，我先和人事部门打个招呼。

ก : ขอบคุณพี่โจ้มากค่ะ

甲 : 谢谢你！州姐。

บทสนทนาที่ ๓ การสอบถามอาจารย์เรื่องการหางาน
会话3 向老师咨询有关就业的问题

（นักศึกษาที่กำลังจะจบการศึกษาคนหนึ่งปรึกษาอาจารย์เรื่องการหางาน）

（一名即将毕业的大学生与老师谈论有关就业的问题。）

ก：อาจารย์คะ ตอนนี้มีบริษัทและธนาคารต่าง ๆ มารับสมัครงานที่มหาวิทยาลัย
เรื่อย ๆ หนูเลือกไม่ถูกเลยค่ะ อาจารย์พอจะให้คำแนะนำหนูบ้างได้ไหมคะ

甲：老师，现在很多公司和银行都陆续开始校招了，我不知该如何
选择，您能给我些建议吗？

ข：ไหนลองเล่าให้ฟังหน่อยสิคะ ว่ามีปัญหาอะไรบ้าง

乙：说说看，有什么问题呢？

ก：จบสาขาวิชาของเรา ทำงานได้ตั้งหลายอย่าง เช่น ข้าราชการ พนักงานธนาคาร
พนักงานบริษัทต่างประเทศ นักบัญชี อาจารย์คิดว่าหนูควรจะเลือกอาชีพอะไร
ดีคะ

甲：我们这个专业毕业后有很多工作可供选择，如公务员、银行职
员、外贸公司职员、会计，老师您认为我应该选择哪种职业好
呢？

ข：ทุกอาชีพมีทั้งข้อดีและข้อเสีย ขึ้นอยู่กับความสนใจของแต่ละคน งานที่
เหมาะกับตัวเองถึงจะถือว่าดีที่สุดค่ะ

乙：每种职业都有好与不好，看个人兴趣，合适自己的才是最好
的。

ก：แต่หนูยังไม่ชอบอะไรเป็นพิเศษค่ะ รู้สึกว่าอาชีพที่พูดออกมาเมื่อกี้ดี
หมด หนูอยากจะลองไปสมัครดู อาจารย์ว่าเป็นอย่างไรบ้างคะ

甲：但我并没有特别喜欢的职业，我觉得刚才所说的这些职业都挺
好的，都想去试应聘一下，您觉得怎样？

ข：ก็ต้องดูว่าเธอมีเวลาพอหรือเปล่า ถ้าเธอจัดการได้ก็ทำไปเลย แต่ถ้าจัดการไม่ได้
เธอก็ลองคิดก่อนว่า ตัวเองอยากได้งานแบบไหน อย่ายื่นใบสมัครไปเรื่อย

乙：也要看你时间够不够用，如果应付得过来就试一下吧。但要是
应付不过来，你就要先考虑看看自己想要什么样的工作，不要
不停地投简历。

ก : หนูเข้าใจแล้วค่ะ ถ้าอย่างนั้นเวลาเขียนประวัติส่วนตัว ควรระวัง
　　อะไรบ้างคะอาจารย์

甲：我明白了。那写简历的时候应该注意些什么呢？

ข : ครูว่าแสดงตัวเองที่แท้จริงออกมาเป็นเรื่องที่สำคัญที่สุดค่ะ อย่าปลอม
　　ประวัติส่วนตัวเพื่อเอาใจบริษัทที่รับสมัครนะคะ

乙：我认为最重要的是展示真实的自己，不要为了迎合招聘公司而
　　去编造简历。

ก : ทำไมคะ ถ้าทำอย่างนั้นบริษัทจะให้ความสำคัญแก่เราไม่ใช่หรือคะ

甲：为什么呢？那样才能引起公司的关注不是吗？

ข : ใช่ แต่เราต้องซื่อสัตย์ต่อตัวเองและต่อผู้อื่นด้วย ค่อย ๆ เก็บประสบการณ์
　　ไป ครูเชื่อว่าเธอจะหางานที่เหมาะกับตัวเองได้

乙：是的，但我们要坦诚地面对自己和他人。慢慢积累经验，老师
　　相信你会找到适合自己的工作的。

ก : ฟังอาจารย์พูดอย่างนี้ หนูทราบแล้วค่ะว่าจะทำอะไรต่อ ขอบคุณค่ะอาจารย์

甲：听您这么一说，我知道下一步该怎么做了，谢谢老师！

ข : โชคดีนะคะ ครูขอให้เธอประสบความสำเร็จ

乙：祝你好运！祝你成功！

บทสนทนาที่ ๔　การสัมภาษณ์
会话4　　　　面试

（ คุณเทวินเพิ่งจบจากมหาวิทยาลัย ตอนนี้มาสัมภาษณ์ที่บริษัทรับแปล
ภาษาแห่งหนึ่ง ）

（泰威刚大学毕业，现在来一家翻译公司进行面试。）

ก : สวัสดีครับ เชิญนั่ง คุณชื่ออะไรครับ

甲：你好，请坐，你叫什么名字？

ข：สวัสดีครับ ผมชื่อเทวิน

乙：您好，我叫泰威。

ก：ทราบข่าวงานนี้มาจากที่ไหนครับ

甲：你是通过什么渠道知道招聘消息的？

ข：จากเว็บไซต์ของบริษัทท่านครับ

乙：通过贵公司的官网。

ก：คุณจบอะไรมาครับ

甲：请问你是什么专业毕业的？

ข：ผมจบวิชาภาษาจีนมาครับ

乙：我是汉语专业毕业的。

ก：เคยทำงานที่ไหนหรือเปล่าครับ

甲：你之前在哪儿工作过吗？

ข：ไม่เคยทำงานที่ไหนมาก่อนเลยครับ เพิ่งเรียนจบครับ

乙：我还没有任何工作经验，我刚毕业。

ก：คุณรู้อะไรเกี่ยวกับบริษัทเราบ้างครับ

甲：你对我们公司有哪些了解？

ข：บริษัทท่านเป็นบริษัทรับแปลภาษาเฉพาะด้าน ให้บริการแปลภาษาได้ ๗ ภาษาครับ

乙：贵公司是一家专业的翻译公司，可以提供7个语种的翻译服务。

ก：ทำไมคุณถึงอยากมาทำงานกับเราครับ

甲：为什么你想到我们公司工作？

ข：ผมอยากทำงานที่ตรงกับที่เรียนมา ผมคิดว่าตัวเองเหมาะกับงานนี้ด้วยครับ

乙：我想从事跟所学专业对口的工作，而且我认为自己很适合这份工作。

ก：ทำไมคุณถึงคิดว่าเหมาะกับงานนี้ล่ะครับ

甲：为什么你认为自己适合这份工作？

ข：พื้นฐานภาษาของผมดี ผมมีความรับผิดชอบและเป็นคนละเอียดรอบคอบ

乙：我语言基础好，有责任感，细心。

ก：คุณคาดหวังเงินเดือนเท่าไรครับ

甲：你期望的月薪是多少？

ข：ได้รับตามมาตรฐานทั่วไปของบริษัทก็พอใจแล้วครับ เพราะว่าผมเพิ่งเรียนจบ สำหรับผมประสบการณ์ในการทำงานเป็นเรื่องสำคัญมากครับ

乙：按照公司正常标准就可以了。因为我刚毕业，对我来说，工作经验更为重要。

ก：เราจะให้โอกาสคุณลองทำงานนี้ ทดลองงาน ๓ เดือนก่อนนะครับ ถ้าผ่านคุณจะได้บรรจุ

甲：我们将给你机会试做这份工作，先试用3个月，如果试用通过就可以入职。

ข：ผมเริ่มทำงานได้เมื่อไรครับ

乙：我什么时候开始上班呢？

ก：วันที่ ๑ เดือนหน้ามาทำงานได้เลย

甲：下个月1号来上班吧。

ข：ขอบคุณมากครับ

乙：非常感谢！

🎧 คำศัพท์　词汇表

ลาออก	辞职	ต่อวัน	每日
รับสมัคร	招聘	อีเมล（E-mail）	电子邮件
จ้าง	雇佣	ขาด	缺少，缺乏；缺席
ทดลองงาน	（工作）试用	บรรจุ	就任
บริหารธุรกิจ	企业管理	บรรยากาศ	气氛，氛围
รับปาก	答应	หมู่นี้	最近
ล้วน	都，全都	บุคลากร	工作人员

เกี่ยวข้อง 有关，相关   ออกแบบ 设计
ยื่น 递，交   รุนแรง 强烈，激烈
ท้าทาย 挑战   สถานที่ 所在地，地点
เกี่ยง 计较   แบบอย่าง 榜样，模范
แสดง 表示，表明，表现   ยางรถยนต์ 汽车轮胎
กระป๋อง 罐头   สวัสดิการ 福利
เบิก 领取   ใช้จ่าย 开销，支出
ข้อดี 优点   ข้อเสีย 缺点
ขึ้นอยู่กับ 取决于   ถือ 看作，认为
แท้จริง 真正   ปลอม 伪造，假冒
เอาใจ 取悦，讨好   ซื่อสัตย์ 忠诚
ละเอียด 仔细，详细   รอบคอบ 周到，周全
มาตรฐาน 标准

ข้อสังเกต 注释

1. จบ 动词，意思是"完，毕，结束，毕业"。例如：

เรื่องของเรามันยังไม่จบนะ 我们的事还没完呢。

คุณจบปีเดียวกันกับน้องสาวผม 你和我妹妹同一年毕业。

จบ 还可以与其他动词连用，放在其他动词之后，表示该动作的终止、结束或到达尽头了。例如：

ไม่ต้องรีบค่ะ รอให้คุณอ่านจบก่อนแล้วค่อยคืนก็ได้ค่ะ

不着急，等你看完了再还给我也行。

เธอเคยบอกว่าเมื่อเรียนจบแล้ว เธออยากจะเป็นครูสอนภาษาไทย

她曾说过等毕业了想当老师，教泰语。

2. แสดง 动词，多义词，主要意思有：
（1）"表示，表明，表现"。例如：

การกระทำของคุณแสดงว่าคุณไม่เห็นด้วยกับเรื่องนี้

你的行为表明你不同意这件事。

การแสดงความเคารพมีหลายแบบ เช่น การไหว้ การกราบ การคำนับ

表示敬意的方式有好几种，如：行合十礼，行跪拜礼和鞠躬。

（2）"展，展览，陈列"。例如：

พรุ่งนี้ไปดูงานแสดงรถยนต์ด้วยกันไหม　明天一起去看车展吗？

งานแสดงตราไปรษณียากรแห่งชาติเป็นงานที่จัดโดยบริษัทไปรษณีย์

ไทยเป็นประจำทุก ๒ ปี

泰国邮票展是泰国邮政公司每两年举办一次的展览。

（3）"演，表演，演出"。例如：

ทางโรงเรียนจัดการแสดงเพื่อฉลองวันชาติ

为庆祝国庆节，学校举行演出活动。

เธอเป็นนักแสดงที่มีชื่อเสียง　她是著名演员。

3. เต็มที่ 副词，主要有两个意思：

（1）"充分，尽量"。例如：

รัฐบาลได้ทำงานอย่างเต็มที่ในการแก้ปัญหาน้ำท่วม

政府充分发挥职能解决水灾问题。

ผู้เข้าแข่งขันทุกคนต่างได้แสดงความสามารถพิเศษของตนอย่างเต็ม

ที่ต่อหน้ากรรมการ

各位选手都在评委面前充分展现了自己的才能。

（2）"尽力，竭力，全力"。例如：

ผลงานของฉันอาจจะไม่ดีนัก แต่ฉันก็ได้พยายามทำอย่างเต็มที่แล้ว

我的成绩也许并不是很好，但是我已经尽力了。

ไม่ว่าผลจะเป็นอย่างไร เราก็พร้อมยอมรับ เพราะเราได้ทำมันอย่าง

เต็มที่แล้ว

无论结果如何，我们都做好心理准备了，因为我们已经尽力

了。

คำศัพท์เพิ่มเติม 补充词汇

เจ้านาย 雇主
วัตถุดิบ 原材料
เจ๊ง 破产
หุ้น 股票
ประธาน 主席
การคลัง 金融
ตกงาน 失业
ค่าตอบแทน 酬劳，酬金
ประกันสังคม 社会保险
ภาระงาน 工作任务
ข้อตกลง 协议
ความต้องการ 需求，需要
เข้าเวร 值班
ลา 请假
ลาป่วย 请病假
ลาพักผ่อน 休假
ปล่อยตัว 放松
เอาการเอางาน 积极，认真
ถ่ายสำเนา 复印
คติเตือนใจ 座右铭
ภาพลักษณ์ 形象
ผลิต 生产
ปลดเกษียณ 退休
ผู้ถือหุ้น 股东
วิศวกร 工程师
การเงิน 金融
ค่าแรง 工资，工钱
กฎหมายแรงงาน 劳动法
เสียภาษี 交税
แผนงาน 方案
ชำนาญ 精通，熟练
ความรู้ 知识
ตอกบัตร 打卡
ลากิจ 请事假
ลาคลอด 请产假
ตื่นเต้น 紧张
ทะนง 骄傲，自负
ห้องรับแขก 会客室
วิชาโท 副修课

รูปประโยคเพิ่มเติม 句型拓展

ช่วยเล่าเกี่ยวกับ... 请介绍关于……

... (ไม่) ครบ　　　　　　……（不）齐全

...ตามนัด　　　　　　　　按照约定（时间）……

ถนัดในด้าน...　　　　　　擅长……

แบบฝึกหัด　练习

一、根据中文意思完成下列填空。

1. คุณทำงานกี่ชั่วโมง_____วัน
你每天工作几个小时？

2. ชั้นเรามีการ_____อะไรบ้างคะในงานฉลองวันขึ้นปีใหม่ปีนี้
在今年的新年庆祝会上，我们班有什么表演吗？

3. ฉัน_____ปริญญาโทเมื่อ ๒ ปีก่อน
我两年前硕士研究生毕业。

4. ได้ข่าวว่าคุณ_____การสอบสัมภาษณ์มาแล้ว
听说你通过面试了。

5. คุณคิดว่าคุณ_____กับตำแหน่งนี้หรือไม่ เพราะอะไร
你认为你适合这个职位吗？为什么？

二、用泰语表达下列句子。

1. 我是泰语专业毕业的。

2. 你对我们公司有哪些了解？

3. 写简历的时候应该注意些什么呢？

4. 我们有员工福利，可以报销医疗费。

5. 你希望月薪是多少？

6. 我曾在四季大酒店实习过。

7. 我是从报纸上知道招聘消息的。

8. 我善于与他人合作。

9. 为什么你不选择跟自己专业对口的工作呢？

10. 这份工作并不适合我，我想换工作。

三、用泰语模拟下列情景进行对话。

1. 杨武是泰语专业毕业的，现在正在一家翻译公司面试。

2. 婉娜与老师谈论有关就业的问题。

3. 张红向她朋友介绍她的新工作。

ความรู้ที่เกี่ยวข้อง **常识**

中泰劳动法比较：

国家 法律 问题	泰王国	中华人民共和国
工作年龄	禁止用人单位招用未满15岁的未成年人。	禁止用人单位招用未满16岁的未成年人。
女性员工保障	禁止安排女性员工从事以下劳动： 1. 矿井作业、水下、洞穴、管道中作业； 2. 高于地面十米的脚手架作业； 3. 制造或运输易燃易爆物品； 4. 其他法律法规规定的作业。 禁止安排孕期女职工在22:00至6:00工作，禁止安排孕期妇女加班或在假期上班或以下所规定的工作： 1. 操作震动性机器或发动机； 2. 独自或合作操作货车； 3. 双手抬举、身背搬运作业，肩背搬运作业，头顶搬运作业，拖曳或推动货物超过十五公里的运输作业； 4. 在船内的作业； 5. 其他法律法规所规定的工作。	禁止安排女职工从事矿山井下、国家规定的第四级体力劳动强度的劳动和其他禁忌从事的劳动。 不得安排女职工在经期从事高处、低温、冷水作业和国家规定的第三级体力劳动强度的劳动。 不得安排女职工在怀孕期间从事国家规定的第三级体力劳动强度的劳动和孕期禁忌从事的劳动。对怀孕7个月以上的女职工，不得安排其延长工作时间和夜班劳动。

续表

法律问题＼国家	泰王国	中华人民共和国
工作时间	每日工作时间不超过8小时，平均每周工作时间不超过48小时。有危险可能性的工作每日工作时间不超过7小时，平均每周工作时间不超过42小时。	国家实行劳动者每日工作时间不超过8小时，平均每周工作时间不超过44小时的工时制度。
工资及加班费	雇主应该规定员工工资、假期以及加班工资标准： 1. 雇主应该平等对待劳动者，同工同酬，不因性别差异而区别对待； 2. 工资以泰铢结算，在劳动者同意的情况下可以金融票据或外国货币结算； 3. 在劳动者的工作场所交付工资，如果在工作场所以外的地方交付工资须征得劳动者同意。 在下述情况中，雇主须向劳动者支付比在一般情况更多的工作报酬： 1. 在工作日安排延长劳动者工作时间的，支付不低于百分之一百五十的工作报酬； 2. 休息日安排工作的，支付有权获得该工资报酬的劳动者不低于百分之二百的工资报酬； 3. 在休息日安排工作且延长工作时间的，对延长部分支付有权获得该工资报酬的劳动者不低于百分之三百的工资报酬。	工资应当以货币形式按月支付给劳动者本人。不得克扣或者无故拖欠劳动者的工资。 劳动者在法定休假日和婚丧假期间以及依法参加社会活动期间，用人单位应当依法支付工资。 有下列情形之一的，用人单位应当按照下列标准支付高于劳动者正常工作时间工资的工资报酬： 1. 安排劳动者延长时间的，支付不低于工资的百分之一百五十的工资报酬； 2. 休息日安排劳动者工作又不能安排补休的，支付不低于工资的百分之二百的工资报酬； 3. 法定休假日安排劳动者工作的，支付不低于工资的百分之三百的工资报酬。

续表

法律问题 \ 国家	泰王国	中华人民共和国
假期与年假	雇主应该给劳动者安排每周一日的休假，且连续工作时间不能超过六日，雇主和劳动者可以提前约定每周的假期。 雇主应提前通知劳动者公共假期安排计划，公共假期安排一年不低于十三日，且必须包括国际劳动节。	用人单位在下列节日期间应当依法安排劳动者休假： 1. 元旦； 2. 春节； 3. 国际劳动节； 4. 国庆节。
	注：泰国的公共假期由雇主从所有公共假期中自行挑选进行放假，安排的全年公共假期不得少于十三日。 劳动者工作满一年后可以申请不少于六日的带薪年假。	5. 法律、法规规定的其他休假节日。 职工累计工作已满1年不满10年的，年休假5天；已满10年不满20年的，年休假10天；已满20年的，年休假15天。

（资料来源：http://th.mofcom.gov.cn/）

บทที่ ๒๔　การงาน(๒)
第二十四课　工作（二）

รูปประโยคพื้นฐาน　基本句型

...ตรงเวลา　　　　　　　准时……
...ถูกตำหนิ　　　　　　　……被批评
...มีอายุ...　　　　　　　……期限是/为……　○

ประโยคทั่วไป　常用句子

ทำไมคุณลางาน/ขาดงานบ่อยๆ
为什么你经常请假/旷工？
ขอโทษนะคะ ไม่ทราบว่าห้องทำงานของคุณธงไชยอยู่ไหนคะ
请问通猜先生的办公室在哪儿？
หัวข้อการประชุมวันนี้คืออะไรคะ
今天会议的主题是什么？
บริษัทคุณให้เบิกค่ารถหรือค่าตั๋วเครื่องบินหรือเปล่าครับ
你们公司给报销车费或机票吗？
ก่อนจะลงมือทำ ปรึกษาฝ่ายการเงินดูก่อนไหม
着手做之前，先跟财务商量一下好吗？

หมู่นี้งานยุ่งมาก　　　　　最近工作很忙。
วันนี้มีงานข้างนอก　　　　今天外出办事。
ขอโทษค่ะ วันนี้ดิฉันมาสาย　对不起，今天我来迟了。
งานนี้ฉันทำไม่ไหวจริงๆ　　这份工作我真的做不来。
มีงานค้างอยู่ตั้งเยอะ　　　还有很多工作在搁着。

ถ้าทำงานล่วงเวลาจะได้ค่าจ้างเพิ่ม 如果加班，会有加班费。

มีรายได้มาก ก็ต้องเสียภาษีมาก 收入多，要交的税也多。

หัวหน้าเรียกไปพบ ไม่รู้ว่าเรื่องอะไร 上司叫去，不知道是什么事。

นี่เป็นหน้าที่ของดิฉันอยู่แล้วนะคะ 这是我的分内事。

ผมกำลังร่างสัญญาอยู่ครับ 我正在起草合同。

ทำงานนี้ให้เสร็จภายในวันนี้เป็นไปไม่ได้

在今天之内完成这项工作是不可能的。

ลูกค้าบอกว่าจะมาหาผมบ่าย ๒ โมง ผมต้องรอเขาที่บริษัท

客户说下午两点来找我，我得在公司等他。

ผมชักท้อแล้ว จนแล้วจนรอดก็ทำไม่สำเร็จสักที

我开始灰心了，做了很多次都没有成功。

เอกสารที่คุณต้องการวางไว้บนโต๊ะทำงานของคุณแล้วค่ะ

你需要的文件放在你的办公桌了。

ในที่สุดเราก็บรรลุวัตถุประสงค์ 最后我们实现了目标。

ท่านผู้จัดการครับ ผมมีเรื่องสำคัญจะเรียนให้ทราบและจะปรึกษาด้วยครับ

经理，我有重要的事情向您汇报和商量。

เขาไปทำงานตรงเวลาทุกวัน 他每天都按时上班。

เมื่อคืนเขาทำงานจนดึก 昨晚他工作到深夜。

เขากำลังทำงานอยู่ อย่าไปยุ่งกับเขาเลย 他正在工作，不要去烦他。

เช้านี้เขาถูกตำหนิ เลยไม่สบายใจทั้งวัน

今早他被批评了，所以一整天心情都不好。

เขาเรียนมาด้านนี้ เหมาะกับตำแหน่งจริง ๆ

他是学这方面出身的，很适合现在的岗位。

คุณมาหาผมที่ห้องทำงานหน่อยครับ 你来我办公室一下。

ช่วยสอนงานให้พนักงานใหม่ด้วย 帮指导一下新员工的工作。

ผมขอพูดเข้าเรื่องเลยนะครับ เรามีเวลาไม่มาก
我直奔主题了，因为我们时间不多。

โครงการนี้เริ่มดำเนินการเดือนหน้า　　这个项目下个月开始启动。

สัญญาของเรามีอายุ ๕ ปีค่ะ　　我们合同期限是5年。

ถ้าไม่มีปัญหาอะไร กรุณาเซ็นชื่อตรงนี้ค่ะ
如果没有什么问题，请在这里签字。

ตั้งใจขยันทำงาน หนักเอาเบาสู้ จะได้โบนัสเยอะ ๆ
要认真努力地工作，任劳任怨，就会得到更多奖金。

การสนทนา 情景对话

บทสนทนาที่ ๑ การคุยกันเรื่องงาน
会话1 聊工作

（คุณเติ้งหมิ่นพบกับคุณหลินหัวที่สถานีขนส่ง ทั้งสองคุยกันเรื่องงาน）
（邓敏在车站遇见林华，俩人在聊工作上的事情。）

ก：หลินหัว ได้ข่าวว่าคุณเปลี่ยนงานใหม่แล้ว
甲：林华，听说你换了新工作。

ข：ใช่ครับเติ้งหมิ่น ตอนนี้เป็นนักบัญชีในวิสาหกิจทุนต่างประเทศครับ
乙：是的，现在在一家外企当会计。

ก：คุณเรียนมาด้านนี้ เหมาะกับตำแหน่งจริง ๆ ค่ะ
甲：你是学这方面出身的，这个岗位很适合你。

ข：ใช่ครับ ผมชอบงานนี้มาก และคิดว่าตัวเองทำงานนี้ได้ดี
乙：是的，我很喜欢这份工作，觉得自己能把这份工作做好。

ก：คุณเริ่มงานกี่โมง เลิกงานกี่โมงล่ะคะ
甲：你几点上下班？

ข：เริ่มงาน ๙ โมงเช้า เลิกงาน ๖ โมงเย็น ตอนเที่ยงมีเวลาพัก ๒ ชั่วโมง
乙：上午9点上班，下午6点下班。中午有两个小时的休息时间。

ก：ไม่เลวเลยทีเดียว
甲：那很不错哦！

ข：ใช่ครับ ถ้าทำงานล่วงเวลาจะได้ค่าจ้างเพิ่มอีกด้วยครับ
乙：是的。如果加班，还会有加班费。

ก：เจ้านายคุณดีต่อพนักงานจริง ๆ
甲：你们老板对员工真好！

ข：ใช่ครับ เจ้านายยังบอกว่า พนักงานที่ตั้งใจทำงาน จะได้โบนัสมาก
乙：是的。老板还说，认真工作的员工，会得到高额奖金。

ก：ช่างเป็นเจ้านายที่ดีจริง ๆ นะคะ
甲：真不愧是好老板！

ข：ใช่ครับ เจ้านายที่ดีต้องรักและดูแลลูกน้องทุกคน ไม่เฉพาะคนที่ประจบสอพลอ เราทุกคนในบริษัทต่างเคารพท่านมาก
乙：是的！好老板要关照他的每个员工，不仅仅是会拍马屁的。我们公司每个人都很敬重他！

ก：บริษัทของคุณยังรับพนักงานใหม่อยู่ไหม ฉันอยากไปทำงานที่บริษัทด้วย
甲：你们公司还招人吗？我也想去你们公司工作。

ข：มาสิครับ บริษัทเรายินดีต้อนรับคุณ
乙：来吧，我们公司欢迎你！

บทสนทนาที่ ๒ การคุยกันเรื่องการไปทำงานต่างจังหวัด
会话2 聊出差

（คุณภุชงค์กับคุณประสงค์กำลังคุยกันเรื่องการไปทำงานต่างจังหวัด）
（普聪和巴拉颂正在聊出差的事情。）

ก：ประสงค์ ไม่ได้เจอกันตั้งนาน หมู่นี้การงานราบรื่นดีไหมครับ

甲：巴拉颂，好久不见，最近工作还顺利吧？

ข：ราบรื่นดีครับ แต่ต้องไปต่างจังหวัดบ่อย ๆ ครับ

乙：挺顺利的，但经常要到外府出差。

ก：ไปไหนบ้างครับ

甲：去哪儿呢？

ข：ส่วนใหญ่จะไปเชียงใหม่ครับ

乙：多数去清迈。

ก：เชียงใหม่ไกลมากนะ บริษัทคุณออกค่ารถหรือค่าตั๋วเครื่องบินให้ไหมครับ

甲：清迈挺远的，你们公司给报销车费或机票吗？

ข：เบิกค่าตั๋วเครื่องบินได้ครับ

乙：可以报销机票。

ก：ดีจังเลย แล้วค่าที่พักล่ะ คุณเบิกบริษัทได้หรือเปล่า

甲：很好哦！那住宿费呢？能否向公司报销？

ข：ได้ ๑,๐๐๐ บาทต่อวัน คุณล่ะครับ ภุชงค์ หมู่นี้การงานเป็นอย่างไรบ้างครับ

乙：能报，1,000铢/天。你呢？普聪，你最近工作怎么样？

ก：บริษัทเรากำลังจะบุกเบิกตลาดทางภาคใต้ เพราะฉะนั้นเริ่มจากเดือนหน้า
เป็นต้นไป ผมก็ต้องไปทำงานต่างจังหวัดเช่นกัน ผมอยากถามคุณพอดี
เลยว่า ต้องเตรียมตัวอย่างไรครับ

甲：我们公司准备开拓南部的市场，所以从下个月开始，我也要出
差了。正想问你呢，要做些什么准备？

ข：ก่อนอื่นคุณต้องเตรียมข้อมูลและเอกสารที่ต้องการให้พร้อมครับ อย่า
ลืมเอานามบัตรของคุณไปด้วยนะ ส่วนโน้ตบุ๊กนั้นจะเอาไปหรือไม่ก็
ขึ้นอยู่กับความต้องการของคุณครับ

乙：首先你得准备好出差所需的资料和文件，记得带上你的名片。
是否要带笔记本电脑就要看你个人需要了。

ก：เอาโน้ตบุ๊กไปด้วยจะสะดวกกว่าครับ

甲：带上笔记本会方便些。

ข: คุณไปคนเดียวหรือเปล่าครับ

乙：你自己出差吗？

ก: เปล่า มีเพื่อนร่วมงานไปด้วยอีกคนหนึ่งครับ

甲：没有，还有一位同事跟我一起。

ข: แล้วค่ารถและค่าที่พักล่ะ บริษัทคุณออกให้ใช่ไหมครับ

乙：那车费和住宿费呢？你们公司报销是吗？

ก: ใช่ครับ แต่ต้องไม่เกินอัตราที่กำหนดครับ

甲：是的，但不能超过规定的额度。

ข: คล้าย ๆ กับบริษัทเราเลย คุณเก็บใบเสร็จให้ดีนะ เวลาเบิกเงินต้องใช้ครับ

乙：跟我们公司差不多。你保留好发票，报账的时候要用。

ก: ครับ

甲：好的。

บทสนทนาที่ ๓ ผู้บังคับบัญชาสอบถามเรื่องงานจากผู้ใต้บังคับบัญชา
会话3　　　　领导向下属了解工作事宜

(ท่านคณบดีหลี่สอบถามเรื่องงานจากอาจารย์หวัง ซึ่งเป็นคนรับผิดชอบด้าน วิเทศสัมพันธ์)

（李院长向负责外事工作的王老师了解工作。）

ก: อาจารย์หวังครับ เชิญที่ห้องทำงานหน่อยครับ

甲：王老师，请到我办公室来一下。

ข: ท่านคณบดีมีอะไรหรือคะ

乙：院长有什么吩咐吗？

ก: ผมอยากทราบว่า เรื่องการเชิญศาสตราจารย์สุดา จากมหาวิทยาลัย
　　ธรรมศาสตร์มาบรรยายนั้น ไปถึงไหนแล้วครับ

甲：我想了解一下邀请泰国法政大学的素达教授来我们学校讲学的
　　事宜安排得怎样了？

ข：เรียบร้อยแล้วค่ะ ศาสตราจารย์สุดาจะมาถึงหนานหนิงวันจันทร์หน้า ตรงกับวันที่ ๑๙ ค่ะ

乙：已经安排妥当了，素达教授将在下周一即19日抵达南宁。

ก：เรื่องคนที่จะไปรับศาสตราจารย์สุดาที่สนามบิน คุณจัดการหรือยังครับ

甲：接机人员安排好了吗?

ข：เรียบร้อยแล้วค่ะ อ. เติ้ง หัวหน้าภาควิชาภาษาไทย อ. หลินที่สอนภาษาไทย และดิฉัน เราทั้งหมด ๓ คนจะไปรับค่ะ ดีไหมคะ

乙：安排好了。泰语系系主任邓老师、泰语专业的林老师还有我，一共3人去接机，您觉得好吗?

ก：ได้ครับ ไม่มีปัญหา แล้วเรื่องที่พักล่ะครับ เรียบร้อยหรือยัง

甲：好的，没问题。那住宿方面呢，安排好了吗?

ข：ดิฉันได้จองห้องเดี่ยวที่โรงแรมเซียงซือหูอินเตอร์เนชั่นแนลนะคะ ศาสตราจารย์สุดามาถึงแล้วก็เข้าพักได้เลยค่ะ

乙：我已在相思湖国际大酒店订好了单人间，素达教授抵达后就可以直接入住了。

ก：ครับ ตอนเย็นวันที่ ๑๙ คณะเราจะจัดงานเลี้ยงต้อนรับ คุณช่วยดูแลเรื่องนี้หน่อยครับ

甲：好的。19号晚上我们学院将设宴迎接素达教授，你帮跟进一下这事。

ข：ค่ะ ดิฉันได้จองห้องที่โรงแรมเซียงซือหูอินเตอร์เนชั่นแนลสำหรับงานเลี้ยงต้อนรับ ห้องจุ ๑๐ คนค่ะ

乙：好的。我已在相思湖国际大酒店订了一间10人的包厢，用于宴请素达教授。

ก：ดีครับ ผมและอจ. เติ้ง หัวหน้าภาควิชาภาษาไทยจะร่วมงานเลี้ยงด้วยนะครับ

甲：好的。到时我和泰语系系主任邓老师将参加晚宴。

ข：ค่ะ ไม่ทราบว่าท่านคณบดีอยากจะทราบอะไรอีกไหมคะ

乙：好的。院长还有什么想要了解的吗?

ก: ตามรายการ ศาสตราจารย์สุดาจะบรรยาย ๒ วัน เริ่มบรรยายวันที่ ๒๐ ห้องบรรยายเรียบร้อยหรือยังครับ

甲: 根据行程安排，从20号开始，素达教授会进行为期两天的讲学，讲学的教室安排好了吗？

ข: ดิฉันได้ขอห้องประชุมไว้ห้องหนึ่งค่ะ นั่งได้ ๑๐๐ คนค่ะ ท่านว่าอย่างไรคะ ถ้าคิดว่าไม่เหมาะ ดิฉันจะไปขอห้องอื่นให้ค่ะ

乙: 我申请了一个可容纳100人的会议室，您觉得怎么样？如果您认为不合适，我再另申请别的教室。

ก: ดีมากครับ ช่วยดูแลให้ด้วยนะครับ มีปัญหาอะไรก็บอกผมครับ

甲: 很好！你帮跟进一下，有什么问题就告诉我。

ข: ได้ค่ะ ท่านคณบดีวางใจได้เลยค่ะ นี่เป็นหน้าที่ของดิฉันอยู่แล้วค่ะ

乙: 好的，请院长放心，这是我的分内事。

บทสนทนาที่ ๔ การเจรจาธุรกิจ
会话4　　　商谈业务

(คุณสุภาพ พนักงานขายบริษัทเครื่องใช้สำนักงานแห่งหนึ่งไปติดต่อ ธุรกิจกับผู้จัดการของสถาบันการศึกษาแห่งหนึ่ง)

(素帕先生是一家办公用品公司的销售员，他和一家教育机构的经理在商谈业务。)

ก: สวัสดีครับ ท่านผู้จัดการ

甲: 您好！经理。

ข: สวัสดีครับ เชิญนั่งครับ เมื่อครั้งที่แล้วผมให้คุณร่างสัญญามา ตอนนี้ เรียบร้อยหรือยังครับ

乙: 你好！请坐。上次我让你拟一份合同，现在拟好了吗？

ก: นี่ไงครับ ร่างสัญญา เชิญท่านอ่านก่อนครับ

甲: 这就是拟好的合同草案，请您先过目。

（เมื่อผู้จัดการได้อ่านร่างสัญญาแล้ว ทั้งสองฝ่ายคุยรายละเอียดของสัญญา）
（经理看过合同草案后，双方就合同细节进行商谈。）

ก：ท่านผู้จัดการครับ ท่านมีปัญหาอะไรไหมครับ
甲：经理，您有什么问题吗？

ข：ผมว่ายังมีรายละเอียดบางส่วนที่เราต้องปรึกษาหารือกันต่อนะครับ
乙：我认为有些细节我们还得再继续商讨。

ก：ได้ครับ ต้องการให้แก้ไขหรือเพิ่มเติมตรงไหน กรุณาบอกผมนะครับ
甲：好的，哪些地方需要修改或补充的，请告诉我。

ข：เรื่องวิธีการชำระเงิน ร่างสัญญานี้ระบุไว้ว่า ฝ่าย ก. ต้องชำระเงินเป็น
　　รายเดือนหรือเป็นงวด ผมอยากจะเปลี่ยนวิธีการชำระเงินหน่อยนะครับ
乙：关于付款方式，这份合同草案上写着"甲方按月或分期付
　　款"，我想更改付款方式。

ก：ถ้าอย่างนั้นท่านผู้จัดการคิดว่าจะเปลี่ยนเป็นแบบไหนครับ
甲：那您想更改成哪种付款方式呢？

ข：ฝ่ายเราจะจ่ายส่วนหนึ่งไปก่อนภายในเวลา ๓ วันหลังจากการเซ็นสัญญากัน
　　ซึ่งก็คือร้อยละ ๒๐ ของทั้งหมดครับ
乙：合同签订后3日内我方先支付一部分货款，也就是货款总额的
　　20%。

ก：ไม่มีปัญหาครับ แล้วที่เหลือล่ะครับ ท่านจะชำระอย่างไรครับ
甲：这个没有问题。那余款呢？您怎么支付？

ข：ที่เหลือต้องรอให้เครื่องใช้สำนักงานส่งมาถึงเราตามกำหนดและเราได้ตรวจ
　　ดูว่าไม่มีปัญหาใด ๆ จึงจะชำระภายในเวลา ๓ วัน เห็นเป็นอย่างไรบ้างครับ
乙：余款则待办公用品按规定时间送达我方，并经验收合格后，我
　　方将在3天内结算，您认为如何？

ก：ผมเข้าใจนะครับว่าที่ท่านทำอย่างนี้ก็เป็นเพราะคำนึงถึงเรื่องคุณภาพ
　　แต่ท่านวางใจได้เลยนะครับ ท่านต้องพอใจผลิตภัณฑ์ของบริษัทเรา

แน่นอนครับ ผมเห็นด้วยตามที่ท่านเสนอมาครับ

甲：我理解您这么做，也是出于办公用品质量考虑。但请您放心，我们公司的产品一定会令您满意。我同意您所提出的修改。

ข：ขอบคุณมากครับ

乙：非常感谢！

ก：ถ้าอย่างนั้นผมจะแก้ไขสัญญามาใหม่นะครับ พรุ่งนี้ผมค่อยเอามาให้ท่าน ถ้าไม่มีปัญหาอะไร ก็เซ็นสัญญากันได้เลยนะครับ

甲：那我重新修改合同，明天再拿给您过目。如果没有什么问题，我们就可以签订合同了。

ข：ได้ครับ

乙：好的！

ก：หวังว่าเราคงได้รับใช้ท่านในโอกาสต่อไปนะครับ

甲：希望还有机会为您效劳。

คำศัพท์ 词汇表

ขาดงาน 旷工

ค้าง 搁置，未完的

ร่าง 起草，草拟，草案

ท้อ 灰心，气馁

เรียน 禀告，禀报

โครงการ 计划

โบนัส（bonus） 奖金；红利

ช่าง 多，多么

ประจบสอพลอ 阿谀逢迎

ออก 开，发给

ห้องทำงาน 办公室

เกิน 过，超过

ชัก 开始，渐趋

บรรลุ 实现，完成

ตำหนิ 责备，批评

อายุ 期限，有效期

วิสาหกิจ 企业

ลูกน้อง 下属，部下

เคารพ 尊敬，尊重

บุกเบิก 开发，开辟

เพราะฉะนั้น　因此，所以
อัตรา　率，度
ผู้บังคับบัญชา　领导，指挥员
พนักงานขาย　销售员
สถาบัน　（研究）院；机构
เพิ่มเติม　补充
รายเดือน　每月，逐月
ใด　任何
โน้ตบุ๊ก（notebook）　笔记本
กำหนด　规定
วางใจ　放心
เครื่องใช้สำนักงาน　办公用品
แก้ไข　修改；解决
ระบุ　明文规定
งวด　期，批
เห็นด้วย　同意

ข้อสังเกต　注释

1. ด้าน 在本课中做名词，意思是“边，面，方，方面”。这时的ด้าน 也可以与 ทาง 连用，构成ทางด้าน，意思不变。例如：
   ความร่วมมือ（ทาง）ด้านเศรษฐกิจ　经济合作
   ทฤษฎี（ทาง）ด้านการศึกษา　教育理论
2. ช่าง 多义词，在本课中做副词，意思是“多，多么”，用在感叹句中。这个时候的 ช่าง 也常跟 จริง ๆ，เหลือเกิน，ทีเดียว 等词搭配使用。例如：
   เด็กคนนี้ช่างเก่งจริง ๆ　这个孩子多厉害！
   เธอช่างสวยเหลือเกิน　她多么漂亮！
   หมาตัวนี้เล่นกายกรรมได้ช่างเก่งทีเดียว
   这条狗耍杂技耍得多厉害！
3. เฉพาะ 在本课中做副词，意思是“只，仅，限于”。例如：
   ร้านนี้เปิดบริการเฉพาะช่วงเช้า　这间店只在上午营业。
   บริษัทเรารับสมัครเฉพาะผู้หญิงค่ะ　我们公司只招女性。

คำศัพท์เพิ่มเติม 补充词汇

กลยุทธ์ 策略，谋略，计策	งบประมาณ 预算
จดบัญชี 记账	ประชุมทางโทรศัพท์ 电话会议
เงินทุน 资金	ต้นทุน 成本
ค่านายหน้า 佣金	คอมมิสชั่น（commission） 佣金，回扣
กู้เงิน 贷款	ร่วมทุน 合资
ปริมาณการค้า 营业额	ต่อสัญญา 续合同
ใบอนุญาต 许可证	บริโภค 消费
ผู้บริโภค 消费者	ทนายความ 律师
ผู้สมัครงาน 求职者	ผู้รับรอง 担保人，保证人
ปฏิบัติ 实行，执行	อุปกรณ์สำนักงาน 办公设备
เครื่องเขียน 文具	ดินสอ 铅笔
ปากกา 钢笔	ปากกาลูกลื่น 圆珠笔
ปากกาเน้นข้อความ 荧光笔	ปากกาไวต์บอร์ด 白板笔
ปากกาลบคำผิด 涂改液	กระดานไวตบอร์ด 白板
แปรงลบกระดาน 黑板擦	ยางลบ 橡皮擦
ไม้บรรทัด 尺了	ปฏิทินตั้งโต๊ะ 台历
เครื่องคิดเลข 计算器	กระดาษ 纸，纸张
กระดาษก๊อปปี้ 复写纸	กระดาษถ่ายเอกสาร 打印纸
เครื่องเย็บกระดาษ 订书机	ลวดเย็บกระดาษ 订书钉
โฟลเดอร์（folder） 文件夹	แฟ้ม 文件袋，文件夹
ลวดเสียบกระดาษ 回形针	คลิปดำ 长尾夹
กาว 胶水	เทปกาว ๒ หน้า 双面胶
สติ๊กเกอร์（sticker） 张贴物	ถ่าน 电池
ไฟฉาย 电筒	ตู้น้ำ 饮水机
บัตรประตู 门卡	ไล่ออก 开除

รูปประโยคเพิ่มเติม　句型拓展

...ตรงตามแผน	按计划……
...พร้อมแล้ว	……准备好了
ส่งผลกระทบต่อ...	对……造成影响
ไม่เห็นด้วย...	不同意……
...โดนไล่ออก	……被开除
ทำงาน...แทน...	接替……（的）……工作

แบบฝึกหัด　练习

一、根据中文意思完成下列填空。

1. เขากินเจ＿＿＿＿＿＿วันพระ
   他只在佛日吃斋。

2. คุณเก่ง＿＿＿＿＿＿การพูด ส่วนเธอเก่ง＿＿＿＿＿＿การเขียน
   你口语厉害，而她则是写作厉害。

3. น้องชายเธอ＿＿＿＿＿＿อ้วนเหลือเกิน
   她弟弟太胖了。

4. คุณกลับก่อนเถอะ งานฉันยังไม่＿＿＿＿＿＿เลย
   你先回吧，我的工作还没完成。

5. เขาไปทำงาน＿＿＿＿＿＿ทุกวัน
   他每天都按时上班。

二、用泰语表达下列句子。

1. 收入多，要交的税也多。

2. 我刚来到这家公司工作。

3. 这个工作对我而言有点难度，可能这周内完成不了。

4. 我直奔主题了，因为我们时间不多。

5. 你们公司给报销车费吗？

6. 请问经理的办公室在哪儿？

7. 今晚我不想加班。

8. 虽然我缺乏这方面的经验，但是我对这份工作很感兴趣。

9. 我非常希望自己能有机会到贵公司工作。

10. 我对你的工作很满意，希望你继续努力。

三、用泰语模拟下列情景进行对话。

1. 与朋友聊有关出差的事情。

2. 向上司报告最近一周的工作情况。

3. 代表公司去跟客户谈有关合作方面的问题。

ความรู้ที่เกี่ยวข้อง 常识

中泰劳动法比较：

国家 法律问题	泰王国	中华人民共和国
产假病假	女职工生育享受不少于90天的产假。 劳动者病假超过三日时，雇主有权让劳动者提供医疗证明。劳动者一年享有三十日的带薪病假。	女职工生育享受不少于90天的产假。
员工福利	劳动者福利由劳动者福利委员会进行安排管理。	劳动者在下列情形下，依法享受社会保险待遇： 1. 退休； 2. 患病； 3. 因工伤残或者患职业病； 4. 失业； 5. 生育。

续表

法律问题＼国家	泰王国	中华人民共和国
工作环境	由工作安全、职业病以及工作环境委员会安排管理。	用人单位必须建立、健全劳动卫生制度，严格执行国家劳动安全卫生规程和标准，对劳动者进行劳动安全卫生教育，防止劳动过程中的事故，减少职业危害。 劳动安全卫生设施必须符合国家规定的标准。
试用期	雇主必须支付工作满一百二十日的劳动者工资，在一般情况下，雇主选择一百一十九日作为试用期。	劳动合同期限在三个月以上不满一年的，试用期不得超过一个月；劳动合同期限在一年以上不满三年的，试用期不得超过两个月；三年以上固定期限和无固定期限的劳动合同，试用期不得超过六个月。
合同终止	劳动合同在合同约定的终止条件出现时终止。 提前终止劳动合同的，需要在下一个发薪日之前通知劳动者。	劳动合同在合同约定的终止条件出现时终止，提前终止劳动合同的，需要提前三十日通知劳动者，或即日支付一个月工资作为代通知金。
劳动争议	雇主与劳动者发生劳动争议，当事人先进行和解，和解不成的可以申请调解，调解不成的，雇主与劳动者可以选定仲裁员进行仲裁。	用人单位与劳动者发生劳动争议，当事人可以依法申请调解、仲裁、提起诉讼，也可以协商解决。 调解原则适用于仲裁和诉讼程序。

（资料来源：http://th.mofcom.gov.cn/）

บทที่ ๒๕ อินเทอร์เน็ต
第二十五课 网络

รูปประโยคพื้นฐาน 基本句型

จำ...ไม่ได้	记不住……
ส่ง...ทาง...	通过/以……（方式）发送……
ติด...	感染……；沉迷于……
...ตกรุ่น	……过时了
ใช้เวลา...	花时间……
โอนเงินผ่าน...	通过……转账
ซื้อ...ออนไลน์	网购……
ระวัง...	注意……

ประโยคทั่วไป 常用句子

คุณมีอีเมลไหม	你有电子邮箱吗？
คอมพิวเตอร์เครื่องนี้ต่ออินเทอร์เน็ตได้ไหมคะ	
这部电脑可以上网吗？	
คุณติดตั้งระบบใหม่เป็นไหม	你会重装系统吗？
มือถือของคุณต่ออินเทอร์เน็ตได้ไหมครับ	
你的手机可以上网吗？	
ปกติคุณใช้ซอฟต์แวร์ป้องกันไวรัสอะไรคะ	
你平时用什么杀毒软件？	
ช่วยก๊อปปี้ข้อมูลเหล่านี้ให้ผมหน่อยได้ไหมครับ	
可以帮我复印这些资料吗？	

ผมจำรหัสผ่านไม่ได้ 我记不住密码。

ส่งไฟล์ทางอีเมล 通过电子邮件发送文件。

รองเท้านี้เราซื้อออนไลน์ 这双鞋子是网购的。

เน็ตล่มอีกแล้ว น่ารำคาญจริง 网络又瘫痪了，真讨厌！

ไฟล์ของคุณติดไวรัสครับ 你的文件中毒了。

เขาติดเกมออนไลน์ 他沉迷于网络游戏。

คอมพิวเตอร์นี้ตกรุ่นแล้ว 这部电脑过时了。

ผมชอบเขียนบล็อก 我喜欢写博客。

อย่าใช้เวลาเล่นเน็ตมากเกินไป 不要花太多时间上网。

บทความในบล็อกเขาน่าอ่านจริง ๆ 他博客上的文章很值得一读。

ฉันต้องโอนเงินให้เพื่อนผ่านอินเทอร์เน็ต
我要从网上汇钱给朋友。

ช่วยเปิดโปรแกรมตัดต่อเสียงให้หน่อยค่ะ
帮打开音频剪辑软件。

ผมเช็คอีเมลในมือถือได้ 我可以在手机上查看邮件。

ข้อมูลเหล่านี้โหลดฟรีได้นะคะ 这些资料可以免费下载。

คุณต้องไปเปิดบริการแบงค์ออนไลน์ที่ธนาคารก่อน
你要先去银行开通网上银行。

ระวังอย่าหลงเชื่อเว็บขายของทางเน็ตนะ อาจถูกหลอกเอาง่าย ๆ
注意不要过于相信某些购物网站，有可能会上当受骗。

การสนทนา 情景对话

บทสนทนาที่ ๑ การใช้คอมพิวเตอร์
会话1 电脑使用

（คุณหลิวลี่กับคุณหยังหลิงกำลังพูดถึงเรื่องการใช้คอมพิวเตอร์）

（刘力和杨玲在谈论电脑使用的问题。）

ก：คอมพิวเตอร์ฉันไม่รู้เป็นอะไรไป หมู่นี้เสียบ่อย ๆ ค่ะ

甲：我的电脑不知怎么了，最近经常死机。

ข：โดนไวรัสหรือเปล่าครับ

乙：是中毒了吗？

ก：ไม่รู้เหมือนกัน ลี่ถนัดด้านนี้ ช่วยดูหน่อยเถอะ

甲：我也不知道，这方面你在行，帮看看吧。

ข：ผมจะสแกนดูก่อน （หลายนาทีผ่านไป สแกนเสร็จ） คอมพิวเตอร์
ของเธอโดนไวรัสจริง ๆ ด้วย ผมฆ่าไวรัสไปแล้ว ลองดูว่าตอนนี้คอม
กลับคืนสู่ปกติหรือยัง

乙：我先扫描看看。（几分钟过去了，扫描结束。）你的电脑真的
中毒了，我杀了毒，试试看现在电脑恢复正常了吗？

ก：จริง ๆ แล้วคอมพิวเตอร์ฉันยังมีปัญหาอีกตั้งเยอะ ลี่ช่วยแก้ไขหน่อยได้ไหม

甲：其实我电脑还有很多问题，你可以帮我处理一下吗？

ข：มีปัญหาอะไรบ้าง บอกมาเลย ผมจะจัดการให้

乙：有些什么问题呢？告诉我，我帮你解决。

ก：มีไฟล์เอกสารที่เปิดดูไม่ได้

甲：有个文件无法打开。

ข：ไหน ขอดูหน่อย เป็นไฟล์อะไร

乙：在哪儿呢？我看看。是什么文件？

ก：ไฟล์เวิร์ดนี้ล่ะ （พูดไปและลองเปิดไฟล์เวิร์ดนั้นไป） เอ๊ะ ทำไมตอนนี้
ถึงเปิดดูได้ล่ะ

甲：就是这个word文档。（边说边尝试打开该word文档）咦，为什
么现在又可以打开了呢？

ข：อ๋อ เป็นเพราะว่าก่อนหน้านี้คอมพิวเตอร์โดนไวรัส ไฟล์นี้ก็โดนด้วย
ตอนนี้ฆ่าไวรัสไปแล้ว ถึงเปิดได้ตามปกติ

乙：噢，那是因为之前电脑里有病毒，这个文件也中毒了。现在已

经杀毒了，所以才能正常打开。

ก：มิน่าล่ะ เอ๊ะ ทำไมฆ่าไวรัสไปแล้ว คอมยังช้าอย่างนี้ล่ะ

甲：难怪。咦，为什么杀了毒，电脑还是这么慢呢？

ข：ขอดูหน่อย อืม เธอเซฟงานไว้หน้าจอเยอะเกินไป เธอควรเซฟงานไว้ที่
　　ไดรฟ์ D เมื่อคอมเสีย งานเธอก็จะไม่หาย รอเดี๋ยวนะ ผมจะจัดการให้

乙：我看看。嗯，你在桌面保存了太多文件。你应该把文件保存

在D盘，当电脑坏了，你的文件也不会丢失。稍等，我来帮你

弄。

（๑๐ นาทีผ่านไป 十分钟过去了）

ข：หลิง ผมว่าระบบของคอมพิวเตอร์เธอมีปัญหา เวลาใช้เลยเกิดปัญหานี่
　　ปัญหาโน่นขึ้น

乙：玲，我觉得你的电脑系统有问题，所以在使用中会产生这样或

那样的问题。

ก：แล้วทำไงดี

甲：那怎么办呢？

ข：ผมจะช่วยติดตั้งระบบใหม่ให้

乙：我帮你重装系统。

ก：ดี งั้นขอรบกวนลี่หน่อยนะ

甲：好的，那就麻烦你了。

ข：เรื่องเล็ก ๆ น้อย ๆ ไม่ต้องเกรงใจนะ

乙：小事一桩，不用客气！

บทสนทนาที่ ๒　การซื้อคอมพิวเตอร์
会话2　　　　买电脑

（ในร้านขายคอมพิวเตอร์ พนักงานขายแนะนำคอมพิวเตอร์）
（在电脑店里，销售员在介绍电脑。）

ก : สวัสดีค่ะ ต้องการดูรุ่นไหนคะ

甲 : 您好！想看哪一款呢？

ข : อยากได้คอมพิวเตอร์ที่มีฮาร์ดดิสก์แบบ sata ค่ะ ช่วยแนะนำหน่อย
ได้ไหมคะ

乙 : 想买硬盘是sata接口的电脑，请介绍一下可以吗？

ก : แนะนำยี่ห้อ Lenovo ค่ะ Lenovo Flex 14 รูปทรงเบาบางและใช้สะดวก
หน้าจอเป็นแบบสัมผัสค่ะ สำหรับ CPU จะเป็น Intel Core i5 ใช้การ์ดจอ
NVIDIA GeForce GT720M ค่ะ

甲 : 向您推荐联想牌。联想Flex 14触屏式超级本，外形轻薄，便
携。而CPU的话，是Intel的Core i5，显卡则是NVIDIA GeForce
GT720M。

ข : รุ่นนี้มีหน่วยความจำเท่าไรคะ

乙 : 这款的内存容量是多大？

ก : มีหน่วยความจำ 4GB ฮาร์ดดิสขนาด 500GB ค่ะ

甲 : 内存容量4GB，硬盘容量是500GB。

ข : ความละเอียดของกล้องหน้าจอละคะ

乙 : 摄像头像素多少？

ก : กล้องหน้าจอมีความละเอียด HD 720p ค่ะ

甲 : HD 720p高清摄像头。

ข : ระยะเวลาการใช้งานของแบตเตอรี่นานเท่าไรคะ

乙 : 电池可以使用多长时间？

ก : แบตเตอรี่ใช้งานได้นาน ๓-๕ ชั่วโมง ส่วนพอร์ตเชื่อมต่อที่มีมาให้นั้น
จะมี USB 2.0, USB 3.0 และ HDMI ค่ะ

甲 : 电池可以使用3-5个小时，有USB 2.0，USB 3.0以及HDMI端口。

ข : โอ้โห คอมพิวเตอร์รุ่นนี้มีคุณสมบัติตรงกับที่ต้องการมากเลยค่ะ ราคา
เท่าไรคะ

乙 : 啊！这款电脑的配置很符合我的要求，价格多少？

ก : ราคา 31,990 บาท ค่ะ

甲 : 31,990铢。

ข : งั้นเอารุ่นนี้ค่ะ

乙 : 那就要这款了。

ก : ได้ค่ะ เดี๋ยวเราลงโปรแกรมให้เลยนะคะ เชิญนั่งรอสักครู่ค่ะ

甲 : 好的，一会我帮您装机，请坐等片刻。

บทสนทนาที่ ๓　การใช้บริการธนาคารออนไลน์
会话3　　　　网上银行的使用

（ ลูกค้าโทรถามพนักงานธนาคารเรื่องการใช้บริการธนาคารออนไลน์ ）

（ 顾客打电话咨询银行工作人员有关网上银行的使用事宜。 ）

ก : สวัสดีค่ะ มีอะไรให้ช่วยไหมคะ

甲 : 您好！请问有什么可以帮助您吗?

ข : สวัสดีค่ะ ขอสอบถามเกี่ยวกับการใช้บริการธนาคารออนไลน์หน่อยค่ะ
ถ้าจะเปิดบัญชีออนไลน์ ต้องทำอย่างไรคะ

乙 : 你好！我想咨询一下关于网银的使用事宜。如果要开通网银，
要怎样做呢?

ก : ก่อนอื่นต้องเปิดบัญชีที่ธนาคารของเราก่อนนะคะ และสมัครเปิดบัญชี
ธนาคารออนไลน์ด้วยค่ะ จากนั้นก็จะได้รับบัตรธนาคารหนึ่งใบ และ
U shield หนึ่งอันด้วยค่ะ

甲 : 首先您要在我们银行开通一个账户，并申请开通网银，然后您
会得到一张银行卡和一个U盾。

ข : อ๋อ ค่ะ

乙 : 噢，好的。

ก : จากนั้นตั้งรหัสผ่านของบัตรธนาคารและรหัสผ่านของ U shield เวลาทำ

ธุรกรรมทางการเงินผ่านธนาคารออนไลน์ต้องใช้รหัสผ่านทั้งสองตัวนี้ค่ะ

甲：然后设置银行卡密码和U盾密码，通过网银办理金融业务时，这两个密码都要用到。

ข：ปกติจะทำธุรกรรมอะไรได้บ้างผ่านธนาคารออนไลน์

乙：一般网上银行可以办理些什么业务呢?

ก：นอกจากโอนเงิน ยังชำระเงิน เช่น ค่าน้ำ ค่าไฟ ค่าก๊าซ ค่าโทรศัพท์มือถือ ซื้อของออนไลน์ได้ด้วยค่ะ

甲：除转账汇款以外，还可以支付各种费用，如水费、电费、煤气费、电话费，还可以网购。

ข：การทำธุรกรรมทางการเงินผ่านอินเทอร์เน็ตมีความปลอดภัยไหมคะ

乙：通过网上办理金融业务安全吗?

ก：มีความปลอดภัยร้อยเปอร์เซ็นต์ค่ะ เนื่องจากเราใช้เทคโนโลยีการคุ้มครองความปลอดภัยที่มีประสิทธิภาพสูง วางใจได้เลยค่ะ

甲：100% 安全，我们运用高效的科技手段进行安全监管，请放心。

ข：ค่ะ ดิฉันจะเปิดบัญชีและใช้บริการธนาคารออนไลน์ค่ะ

乙：好的，我决定开通账户和网银服务。

ก：ค่ะ สะดวกเมื่อไรนำเอกสารมายื่นเปิดบัญชีที่ธนาคารเราได้เลยค่ะ หลังจากนั้นก็นำ U shield ใช้บริการผ่านอินเตอร์เน็ตของเราได้อย่างสะดวกสบาย

甲：好的。您方便的时候就可以来我们银行提交资料开通，然后您就可以通过U盾轻松快捷地使用我们的网银服务了。

ข：ขอบคุณมากค่ะ

乙：非常感谢!

ก：ขอบคุณที่ใช้บริการของเราค่ะ ขอบคุณค่ะ

甲：感谢您使用我们的服务！谢谢!

บทสนทนาที่ ๔ การเปิดร้านขายของออนไลน์
会话4　开网店

（คุณหญิงกับคุณเงินคุยกันเรื่องการเปิดร้านขายของออนไลน์）
（莹和珍在聊开网店的事。）

ก：หญิงเป็นไงบ้าง ช่วงนี้ขนมที่ร้านขายดีไหม
甲：莹，怎么样，最近你的点心店生意好吗？

ข：ช่วงนี้ที่ร้านเงียบ ๆ น่ะ ขายไม่ค่อยดีเท่าไร
乙：最近店面很冷清，生意不太好。

ก：ถ้าอย่างนั้น เราว่าหญิงน่าจะเพิ่มช่องทางการขายที่อื่นด้วยนะ เช่น ขายผ่านทางเว็บไซต์ เฟซบุ๊ก จะได้คนซื้อจากหลากหลายที่ ไม่ต้องรอขายแค่หน้าร้านอย่างเดียวไง
甲：那样的话，我看你应该拓展销路，比如在网站上或在facebook上卖，这样一来客源就会多些，不用只靠店面销售。

ข：เออ ดีเหมือนกันนะ ว่าแต่ว่า ถ้าเราจะเปิดร้านค้าออนไลน์ เราต้องเริ่มทำอะไรบ้างล่ะ เงินพอรู้ไหม
乙：嗯，也好。但话又说回来，如果我要开网店，刚开始要做些什么呢？你知道吗？

ก：เริ่มแรกนะ หญิงก็ต้องเลือกว่าเราจะทำเว็บแบบเช่าพื้นที่ของเราเองเลยไหม จดชื่อโดเมนประมาณ ๓๐๐ บาทขึ้นไป ค่าโฮสต์รายปีก็เอาสัก ๕๐๐ บาท
甲：首先，你要选择是否要制作一个自己的网站。注册一个域名大概要300铢以上，虚拟主机费每年大概要500铢。

ข：อ๋อ เหรอ
乙：噢，是吗？

ก: ข้อดีของการทำเช่นนี้ก็คือ เราดีไซน์หน้าตาเว็บ เพิ่มระบบจัดการต่าง ๆ เองได้

甲：这样做的好处在于我们可以自行设计网页，添加各种应用程序。

ข: แต่ถ้าทำไม่เป็น จะทำยังไงดีล่ะ

乙：但如果不会制作网站，怎么办呢？

ก: ถ้าทำไม่เป็นก็ต้องจ้างเขาทำเว็บไซต์ ตรงนี้ก็ต้องเพิ่มค่าใช้จ่ายขึ้นอีกนิดหน่อย

甲：如果不会制作，就需找人帮忙，费用也会相应地增加一点儿。

ข: ค่าใช้จ่ายไม่แพงอย่างที่คิดนะ ถ้าเทียบกับยอดขายที่จะเพิ่มขึ้น มันก็น่าลองดู

乙：如果跟上升的销售额相比，费用也并不像想象中那么贵，值得一试。

ก: ใช่แล้วหญิง ต้องลอง ตอนนี้คนก็เริ่มซื้อของผ่านทางอินเทอร์เน็ตมากขึ้นแล้วด้วย เราว่าเธอต้องได้ยอดขายเพิ่มขึ้นมากแน่ ๆ

甲：是的，你要试试看。现在越来越多人开始网购了，我觉得你的销售额一定会上涨的。

ข: ขอบคุณมาก ๆ นะ

乙：非常感谢！

ก: สิ่งสำคัญคือ ถ่ายรูปสินค้าให้ดูดีที่สุดเท่าที่จะทำได้ ต้องทำเว็บไซต์ให้มีความน่าเชื่อถือ ลงเบอร์โทร ลงที่ติดต่อของเจ้าของร้านให้ชัดเจน ที่เหลือก็ต้องโปรโมทเว็บไซต์ ว่าจะทำให้คนรู้จักเว็บเราได้ยังไง ซึ่งเป็นอีกเรื่องหนึ่งที่ต้องใส่ใจนะ ไม่งั้นนั่งตบยุงอยู่หน้าคอมแน่

甲：重要的是尽可能把商品拍得漂亮些，要把网站做得值得信赖，把店主的电话号码、地址写清楚，剩下的就是推广自己的网站了。至于怎样让别人知道自己的网站，这是一件要花心思的事情，不然就肯定是坐在电脑前拍蚊子了。

ข: ได้เลย ถ้ายังไงต่อจากนี้ เราคงต้องปรึกษาเจินแล้วแหละ
乙：好的，从现在开始，我都得找你做参谋了。

ก: ด้วยความยินดีจ้ะ
甲：乐意效劳。

คำศัพท์ 词汇表

คอมพิวเตอร์ (computer) 电脑
ซอฟต์แวร์ (software) 软件
ไฟล์ (file) 文件
รำคาญ 烦，厌烦
บล็อก (blog) 博客
โอนเงิน 转账
หน้าจอ 屏幕
หลงเชื่อ 误信，听信
สแกน (scan) 扫描
คืน 恢复
ฮาร์ดดิสก์ (hard disk) 硬盘
เบาบาง 轻薄
การ์ดจอ 显卡
พอร์ต (port) 端口
บัญชี 账户
ธุรกรรม 业务
เทคโนโลยี (technology) 技术
ประสิทธิภาพ 效率
โดเมน (domain) 域名
ก๊อปปี้ (copy) 复制
ออนไลน์ (online) 在线的
ตกรุ่น 过时
บทความ 文章
ตัดต่อ 剪接
แบงค์ (bank) 银行
หลอก 哄，欺骗
ฆ่า 杀
จัดการ 处理
รูปทรง 外形
สัมผัส 接触
หน่วยความจำ 内存
เชื่อม 连接
ตั้ง 设置
ก๊าส (gas) 煤气
คุ้มครอง 统治，管辖
ช่องทาง 途径，门路
โฮสต์ (host) 主机

รายปี 每年	ดีไซน์（design） 设计
เทียบ 对比，比较	ยอดขาย 销售额
เชื่อถือ 信任	ชัดเจน 清楚，明确
โปรโมท（promote） 推广	ใส่ใจ 关心，关注

ข้อสังเกต 注释

1. ถนัด 多义词，主要用法有：

（1）副词，意思是"方便"。例如：

เขาเดินไม่ถนัด 他走路不方便。

（2）副词，意思是"清楚，明显"。例如：

ขอพูดอีกครั้งได้ไหมคะ เมื่อกี้เราฟังไม่ถนัด
能再说一遍吗？刚才我们听不清楚。

เธอเขียนอะไร ผมมองไม่ถนัด 你写什么，我看不清楚。

（3）动词，意思是"擅长，纯熟，得心应手"。例如：

ภาษาไทยกับภาษาอังกฤษ คุณถนัดพูดภาษาไหนมากกว่าคะ
泰语和英语，你更擅长说哪一种？

เขาไม่ถนัดทำกับข้าว 他不擅长做饭。

2. ทาง 多义词，主要用法有：

（1）名词，意思是"路，道，道路"。例如：

เขาบอกว่าไปทางนี้จะใกล้กว่าค่ะ 他说走这条路会近一些。

ใครมีเคล็ดลับการจำทางเก่ง ๆ บ้าง 谁有记路的好诀窍？

（2）名词，意思是"方法，办法，方式，途径"。例如：

ปัญหานี้ไม่มีทางที่จะแก้ไขได้ 这个问题没有办法解决。

สาเหตุที่เขาไม่ยอมมาเราไม่มีทางทราบได้
他不愿来的原因，我们无法知道。

วันนี้ช่วงบ่ายเราจะจัดส่งเครื่องสำอางค์ให้คุณทางไปรษณีย์ตามที่คุณ
สั่งซื้อนะคะ

今天下午我们将把您所订购的化妆品邮递给您。

（3）名词，意思是"边，面，方，方面"。例如：

เชียงใหม่ตั้งอยู่ทางทิศเหนือของประเทศไทย

清迈位于泰国的北部。

ทางโรงเรียนอนุญาตให้นักเรียนไปลอยกระทงที่แม่น้ำใกล้ ๆ โรงเรียน

学校准许学生到附近的河里漂水灯。

การแข่งขันทางการค้า　商业竞争

สภาพแวดล้อมทางการเรียน　学习环境

3. ทั้ง 副词，意思是"全，整，都"，后面常接名词、量词或数量词
组等，表示所提及的所有人或事物都具有相同的性质、状态或进
行同样的动作。例如：

คำตอบของเขาทำให้นักศึกษาทั้งห้องตกใจหมด

他的回答使得全班同学都吓了一跳。

เขาไม่พูดจากับใครทั้งวันแล้ว　他一整天不跟人说话了。

เธอทั้งสอง (คน) เป็นพี่น้องกัน　她们俩是姐妹。

เราคงผิดกันทั้งสามคน　我们三个可能都错了。

4. เท่าที่ 副词，意思是"尽量，尽力，尽可能"。例如：

เราควรอยู่กับคุณพ่อคุณแม่ให้มากที่สุดเท่าที่จะทำได้

我们应该尽可能多地陪陪父母。

ผมจะช่วยเท่าที่จะช่วยได้　我会尽力帮助你。

คำศัพท์เพิ่มเติม　补充词汇

โฮมเพจ（homepage）　主页　　　　แป้นพิมพ์　键盘

เมนบอร์ด（mainboard） 主板

เม้าส์（mouse） 鼠标

แผ่นรองเมาส์ 鼠标垫

ช่องเสียบ 插槽

เคอร์เซอร์（cursor） 光标

การ์ดเสียง 声卡

การ์ดจอ（video card） 显卡

ฮาร์ดแวร์（hardware） 硬件

ฟลอปปีดิสก์（floppy disk） 软盘

ซีดีรอม（CD-ROM） 光驱

พารามิเตอร์（parameter） 参数

แฮกเกอร์（hacker） 黑客

ไฟร์วอลล์（firewall） 防火墙

อินทราเน็ต（intranet） 局域网

เซิร์ฟเวอร์（server） 服务器

เบราว์เซอร์（browser） 浏览器

มัลติมีเดีย（multimedia） 多媒体

บรอดแบนด์（broadband） 宽带

ฐานข้อมูล 数据库

แถบเครื่องมือ 工具栏

ทาสก์บาร์（taskbar） 任务栏

แถบเมนู 菜单栏

ฟังก์ชัน（function） 功能

แชร์แวร์（shareware） 共享软件

ตั้งชื่อใหม่ 重命名

อัพเดท（update） 更新

อัพโหลด（upload） 上传

คลิก（click） 点击

อินพุต（input） 输入

เอาท์พุต（output） 输出

ตัด 剪切

ติด 粘贴

พิมพ์ 打印

ค้นหา 搜索

แท็ก（tag） 标签

ออฟไลน์（offline） 下线的

สำเนา 复印件

ต้นฉบับ 原件

ยุคอินเทอร์เน็ต 网络时代

สแกนเนอร์（scanner） 扫描仪

เครื่องพิมพ์ 打印机

อี-แบงก์กิ้ง（E-Banking） 电子银行

อีบุ๊ก（E-book） 电子书

ธุรกิจอิเล็กทรอนิกส์ 电子商务

ทรัมไดรฟ์ U盘

รูปประโยคเพิ่มเติม　句型拓展

มัวแต่...	只顾着/沉溺于……
ขอสมัครเป็นสมาชิกของ...	申请成为……的会员
ติดต่อทาง...	通过……（方式）联系
นาน ๆ ...ที	很久……一次

แบบฝึกหัด　练习

一、根据中文意思完成下列填空。

1. เขา＿＿＿＿＿＿＿ใช้มือซ้ายมากกว่า
   他更擅长用左手。

2. ＿＿＿＿＿＿＿บ้านสนับสนุนให้เขาต่อปริญญาโทที่ประเทศไทย
   家里支持他到泰国读研。

3. เมื่อคืนปวดหัวมาก นอนไม่หลับ＿＿＿＿＿＿＿คืน
   昨晚头痛得厉害，整晚都睡不着。

4. หนังสือที่คุณฝากซื้อนั้นผมจะส่ง＿＿＿＿＿＿＿EMS ไปให้นะครับ
   你托我买的书我将以快件的方式寄给你。

5. ใคร ๆ ก็อยากรู้ว่าทางบริษัทจะ＿＿＿＿＿＿＿เรื่องนี้อย่างไร
   大家都想知道公司方面会怎样处理这件事。

二、用泰语表达下列句子。

1. 你帮我下载一下资料可以吗？

2. 你有邮箱吗？要先用邮箱进行注册才可以使用。

3. 我没有收到你发的邮件。

4. 你的U盘可能中毒了。

5. 大家都对开网店感兴趣。

6. 我的电脑坏了，我想换台新的。

7. 这款笔记本电脑上网速度快，轻、薄，外形也好看。

8. 我不会重装系统。

9. 我这条裙子是网购的，如果你喜欢我可以发网址给你。

10. 屏幕坏了吗？什么都没有显示。

三、用泰语模拟下列情景进行对话。

1. 李芳和王丽在谈论开网店的事情。

2. 娇达想买台新的笔记本电脑，她让托萨蓬帮介绍。

3. 余美向吴鹏询问关于电脑的使用问题。

ความรู้ที่เกี่ยวข้อง 常识

近年来，泰国网络普及率迅速增加。据有关资料显示，2012年泰国的新增网络用户高达450万，增长率为30%。

在泰国，特别在首都曼谷，网吧十分普遍。许多大型的购物场所、宾馆、酒店等公众场所都提供免费的WIFI，在很多大学校园内，也可以享用到免费的无线网络。

赴泰旅游的游客也不必担心上网的问题，只要你换上一张泰国的手机SIM卡，就可以随时随地地轻松上网。泰国的通讯营运商主要有：AIS（12 CALL）、DTAC（HAPPY）、TRUE MOVE、TOT、CAT。每一个通讯营运商都有许多网络套餐可供选择，你可以从中挑选出最适合自己的。游客可以在任意的便利店购买到SIM卡，然后再选择适合自己的网络套餐即可。一般是拨打特定的号码或者编辑短信发送至特定的号码进行开通或者选择网络套餐，而费用则从手机话费中直接扣取。如申请开通AIS的49泰铢包天网络套餐，就直接拨打*500*93#；又如申请开通DTAC的49泰铢包天网络套餐，就直接拨打*104*71#或*104*7*1#；再如申请开通TRUE MOVE的49泰铢包天网络套餐，则需编辑短信内容"D2"发送短信至9789，等收到短信确认后，就可以开始畅游网络了。

บทที่ ๒๖　การเจรจาการค้า
第二十六课　商务谈判

รูปประโยคพื้นฐาน　基本句型

... เหนือกว่า ...	……优于……，……超过……
ขอให้ ... ก็...	只要……就……
ขึ้นอยู่กับ ...	取决于……
สอดคล้องกับ ...	与……相符
อยู่ภายใต้...	在……之下
เมื่อเทียบกับ ...	与……相比
ขอสงวนสิทธิ์ในการ ...	保留……的权利
เท่าที่ทราบ ...	据……所知

ประโยคทั่วไป　常用句子

สนใจจะร่วมทุนด้วยกันไหมครับ

有兴趣一起合资吗?

ยืนราคาที่เสนอมานี้กี่วันครับ

这个报价几天内有效?

เราจะได้รับสินค้าเมื่อไรหลังจากที่เราสั่งซื้อแล้ว

我们下订单后多久能收到货?

ตามปกติ จะให้ชำระแบบใด

在通常情况下，你们接受什么付款方式?

บริษัทท่านจะส่งช่างไปช่วยติดตั้งเครื่องจักรอุปกรณ์ที่บริษัทเราได้หรือเปล่าครับ

贵公司可以派工程师到我们公司帮助安装调试设备吗?

คุณมีกลยุทธ์อะไรที่จะทำให้ยอดขายสูงขึ้น

您有什么策略增加销售量吗?

สวัสดีครับ ผมสมชายครับ เป็นผู้จัดการแผนกจัดซื้อของบริษัท C&A ยินดีอย่างยิ่งที่มีโอกาสได้ร่วมมือกับบริษัทฯ ของท่าน

您好！我叫颂猜，我是来自C&A公司的采购部经理，非常荣幸这次能有机会与贵公司合作。

รับรองว่าธุรกิจที่เราร่วมมือกัน ทำกำไรแน่นอน

我们合作的生意保证有利润。

การทำธุรกิจต้องนึกถึงกำไรเป็นหลัก ถ้าไม่ได้กำไรก็ไม่น่าจะทำ

做生意要以利润为主，如果没有利润就不值得做。

ถึงจะขาดทุนไปบ้าง แต่งานนี้เราก็ได้ทำประโยชน์ให้กับสังคม

虽然亏点本，但我们为社会做了贡献。

นี่เป็นรายการสินค้าของบริษัทเราค่ะ

这是我们公司的商品清单。

รุ่นนี้ขายดีที่สุดในสินค้าซีรีส์นี้ ลูกค้าจากหลายประเทศในยุโรปและอเมริกาสั่งซื้อเครื่องจักรอุปกรณ์รุ่นนี้จากเรา

这款是同类产品中最畅销的，欧美很多国家的客户都来跟我们订购这款设备。

รุ่นนี้มีโครงสร้างเครื่องยนต์ไม่ซับซ้อนมาก มีปัญหาขัดข้องน้อย ดูแลง่าย

这款设备由于机械的构造简单，所以很少故障，易于保养。

เราจะใช้วัตถุกันกระเทือนห่อสินค้าทุกชิ้นก่อนบรรจุลงกล่องกันน้ำ กล่องละ ๖๐ ชิ้น ขนถ่ายสะดวกมากครับ

我们先用防震材料包装单件产品，再装入防水包装箱，每箱60件，搬运相当方便。

ราคาของเราขึ้นอยู่กับปริมาณการสั่งซื้อของท่าน ปริมาณเริ่มต้นอยู่ที่ ๑๐๐ โหล

我们的价格取决于您的订量，我们的起订量是100打。

ราคา CIF เซี่ยงไฮ้คือโหลละ ๘๘๐ ดอลลาร์

上海到岸价是980美元/打。

ราคาที่เราเสนอเป็นราคาเหมาะสมและสอดคล้องกับราคาในตลาดปัจจุบัน

我方的报价是合理的，符合当前市场的价格水平。

เราเชื่อว่าราคาของเราย่อมเยากว่าของบริษัทอื่น

我们相信我方的报价比其他公司的优惠。

เราจะลดต้นทุนการผลิตได้บ้างไหมคะ ถ้าแพงอย่างนี้ ลูกค้าไม่มีกำลังซื้อ
หรอกค่ะ

我们能不能减少生产成本？如果这么贵，顾客是没有购买能力的。

กำแพงภาษีของประเทศคุณสูงมาก ผมสู้ไม่ไหวหรอก

贵国的税收壁垒很高，我无能为力。

เขามีอำนาจต่อรองมากกว่าเรา

他比我们更有谈判优势。

เรารับบัตรเครดิตที่เพิกถอนไม่ได้เท่านั้น เบิกจ่ายด้วยใบขนส่ง

我们只接收不可撤销的信用证，凭装运单据结汇。

ต้องวางค่ามัดจำสินค้าด้วยนะครับ

要付商品押金的。

ถ้าท่านต้องการ เรายังอบรมพนักงานให้ด้วย

如果您需要，我们还可以帮您培训操作人员。

คุณจะขนส่งสินค้าทางเรือ น่าจะทำประกันภัยไว้นะคะ เผื่อสินค้าสูญหาย
คุณจะได้เรียกร้องค่าเสียหายได้

您要海运货物的话，应该投保，以便商品遭受损失时可以索赔。

ก่อนจะทำประกันภัยทางการค้าระหว่างประเทศ ต้องทราบกฎระเบียบของ
ประเทศนั้นให้ดีก่อน

在为国际贸易投保前，应该先了解该国的相关规定。

ผมจะทำประกันทุกประเภท ความเสียหายทุกชนิดก็จะอยู่ในขอบเขตการ
ประกันแล้ว

我想投全险，任何损失或损坏就都在投保范围内了。

เมื่อตรวจสอบสินค้า เราพบว่ามีสินค้าส่วนหนึ่งเปียกชื้น น่าจะเกิดจาก
การบรรจุไม่ดีพอ

在对货品检验时，我们发现部分货品受潮，应该是包装不良所致。

จนถึงปัจจุบัน เรายังไม่ได้รับใบแจ้งการขนส่งของสินค้าตามใบสั่งซื้อ
หมายเลข ๒๐๑๓M๐๓

到目前为止，我们一直没有收到2013M03号订单货物运输的通知。

หากเรายังไม่ได้รับข่าวส่งมอบสินค้าภายในสัปดาห์นี้ เราจะขอสงวนสิทธิ์
ในการคืนสินค้าและเรียกร้องความเสียหายจากท่าน

如果在本周之内我方仍未能收到发货信息，我方将保留退货的权利

并保留向你方索赔的权利。

ถ้าจะสมัครเป็นตัวแทน บริษัทฯ ของท่านต้องมีสถานที่ดำเนินกิจการ
สถานที่จัดเก็บสินค้า รถส่งของและพนักงานขายจำนวนหนึ่ง

如果申请代理，贵公司须有经营场所、储存场地、送货车辆及一批

营销人员。

เรายังมีเครือข่ายจำหน่ายกว้างขวางและเครดิตจำหน่ายดีเยี่ยม

我们还有很广的销售网络和很好的销售信誉。

เราเป็นเจ้าแรกที่เปิดตลาดในภูมิภาคนี้ รับรองว่าไปได้ดีแน่นอน

我们是本地区最先开拓市场的，保证能有很好的收效。

เราเป็นภาคีสมาชิกของเขา น่าจะได้รับผลประโยชน์เต็มที่

我们是他们的会员，应该能获得最大利益。

เรามีเงื่อนไขว่าตัวแทนระดับมณฑลสั่งซื้อสินค้างวดแรกไม่ต่ำกว่า ๒
ล้านหยวน

我们要求省级代理商首批进货金额不低于200万元。

เราจะส่งมอบสินค้าให้หลังจากได้รับค่าสินค้าแล้ว และส่งใบกำกับภาษี
มูลค่าเพิ่มให้ตามจำนวนจริง

我方将在收到货款后发货，并开具相应数额的增值税发票。

หากเกินครึ่งปียังทำไม่ได้ตามเป้า เรามีสิทธิ์ยกเลิกสิทธิตัวแทนของท่าน

หรือยุติความร่วมมือ

如超过半年不能完成指标，我方有权取消贵方的代理资格，或终止合作。

เราก็หวังว่าปัญหานี้จะไม่กระทบการซื้อขายของเราในอนาคต

我也希望这个问题不会影响我们今后的贸易。

ขอให้เจรจาสำเร็จ

希望谈判成功。

อ่านสัญญาให้ดี ๆ อย่าให้เสียเปรียบเขา

看清楚合同，别吃亏了。

🎧 การสนทนา　情景对话

บทสนทนา ๑　ติดต่อธุรกิจ
会话1　　　联系业务

(คุณสมชาย ผู้จัดการแผนกจัดซื้อของบริษัท C&A ไปติดต่อธุรกิจที่บริษัทจีน)

（C&A公司的采购部经理颂猜先生到中国公司联系业务。）

ก : สวัสดีครับ ผมสมชายครับ เป็นผู้จัดการแผนกจัดซื้อของบริษัท C&A ยินดีอย่างยิ่งที่มีโอกาสได้ร่วมมือกับบริษัทฯ ของท่าน

甲：您好！我叫颂猜，我是来自C&A公司的采购部经理，非常荣幸这次能有机会与贵公司合作。

ข : สวัสดีครับ ผมเป็นผู้จัดการฝ่ายการตลาดของบริษัท ชื่อหลี่หมิง รับหน้าที่มาเจรจาการซื้อขายกับบริษัทฯ ของท่าน

乙：您好！我是公司销售部的总监，叫李明，这次由我代表我们公司与贵公司洽谈这笔买卖。

ก : เราสนใจสั่งซื้อเครื่องจักรอุปกรณ์ผลิตเครื่องดื่มสักจำนวนหนึ่ง ไม่ทราบว่าบริษัทฯ ของท่านมีเครื่องจักรอุปกรณ์ใหม่อะไรบ้าง

甲：我们想订购一批饮料生产设备，不知道贵公司有什么新设备？

ข：นี่เป็นรายการสินค้าใหม่ของเรา

乙：这是我们的最新产品介绍书。

ก：สินค้ารุ่น SD๑๐๓ ขายดีไหมครับ

甲：这个SD103销量怎么样？

ข：ขายดีมากครับ รุ่นนี้ขายดีที่สุดในสินค้าซีรีส์นี้ ลูกค้าจากหลายประเทศ
ในยุโรปและอเมริกาสั่งซื้อเครื่องจักรอุปกรณ์รุ่นนี้จากเรา บริษัทดัชมิลล์
ของไทยก็นำเข้า ๑๐ ชุดจากเราเช่นกัน

乙：销量很好，这款是同类产品中最畅销的，欧美很多国家的客户
都来跟我们订购这款设备。泰国的DUTCH MILL公司也从我们
公司进口了10套。

ก：รุ่นนี้ดีกว่ารุ่น FD๗๐๓ อย่างไรครับ

甲：这款设备与FD703相比有什么先进之处？

ข：จุดเด่นของสินค้ารุ่นนี้คือกำลังการผลิตสูง ถ้าใช้เครื่องจักรอุปกรณ์รุ่นนี้
ท่านจะเพิ่มปริมาณการผลิตร้อยละ ๓๐ เป็นอย่างน้อย และควบคุมง่าย
คนงานคนหนึ่งสามารถทำงานแทน ๓ คนได้

乙：这款设备最突出的特点是高产。一旦使用这款设备，你们将会
增产至少30%，而且操作简单，一个人可以顶三个人使用。

ก：การใช้พลังงานล่ะครับ

甲：耗能方面呢？

ข：เสียน้ำ ไฟ และไอซ์น้อยที่สุดในเครื่องจักรอุปกรณ์ซีรีส์นี้ และรุ่นนี้ใช้
โครงสร้างเครื่องยนต์ไม่ซับซ้อนมาก มีปัญหาขัดข้องน้อย ดูแลง่าย

乙：水、电、汽的用量都是同类设备中最少的，而且这款设备由于
机械的构造简单，所以很少故障，易于保养。

ก：แม่พิมพ์บรรจุภัณฑ์ปรับตามความต้องการของเราได้หรือเปล่าครับ

甲：灌装模具可以根据我们的需要调整吗？

ข：ได้ครับ บอกรูปทรง ขนาดและบรรจุภัณฑ์ที่จะใช้ให้ทางเราทราบ เราก็

จะทำแม่พิมพ์ที่ท่านต้องการให้ครับ

乙：可以的，把形状、规格、包装材料等告诉我们，我们就可以为

您提供相应的模具。

ก：บริษัทฯ ของท่านจะส่งช่างไปช่วยติดตั้งอุปกรณ์ที่บริษัทฯ ของเรา

ได้หรือเปล่าครับ

甲：贵公司会派工程师到我们公司帮助安装调试设备吧？

ข：ได้ครับ ถ้าท่านต้องการ เรายังอบรมพนักงานให้ท่านด้วย

乙：会的。如果您需要，我们还可以帮您培训操作人员。

ก：ดีมากครับ เราขอดูตัวอย่างสินค้าได้ไหมครับ

甲：太好了。我们可以看看样品吗？

ข：ได้ครับ ไปดูที่โรงงานครับ

乙：可以的，我们到车间去看。

บทสนทนา ๒　การเจรจาการค้า
会话2　　　　商贸谈判

（ ฝ่ายผู้ซื้อกับฝ่ายผู้ขายเจรจารายละเอียดการสั่งซื้อสินค้า ）

（买卖双方洽谈订货细节。）

ก：นี่เป็นตัวอย่างของเรา ท่านดูก่อนนะครับ

甲：这是我们的样品，请你们先看一下吧。

ข：ทางท่านช่วยเสนอราคาก่อนได้ไหมครับ

乙：您能报一下价格吗？

ก：ราคาของเราขึ้นอยู่กับปริมาณการสั่งซื้อของท่าน ปริมาณเริ่มต้นอยู่ที่

๑๐๐ โหล

甲：我们的价格取决于您的订量。我们的起订量是100打。

ข：คละแบบรวมเป็น ๑๐๐ โหล ได้ไหมครับ

乙：不同款式的总订量为100打，可以吗？

ก : ได้ครับ ถ้า ๑๐๐ โหล ราคา CIF เซี่ยงไฮ้คือโหลละ ๙๘๐ ดอลลาร์

甲：可以的，100打上海到岸价是980美元/打。

ข : แพงเกินไป เราไม่น่าจะรับได้ มีราคาที่ย่อมเยากว่านี้ไหมครับ

乙：价格太高了，我们恐怕无法接受。有比这更优惠的价格吗?

ก : ราคาที่เราเสนอเป็นราคาเหมาะสมและสอดคล้องกับราคาในตลาด
   ปัจจุบันแล้ว

甲：我方的报价是合理的，符合当前市场的价格水平。

ข : เราก็ทราบว่าท่านได้ใช้วัตถุที่ดีที่สุดแล้ว แต่ราคานี้เรารับไม่ได้จริง ๆ

乙：我也知道你们用了最好的材料，但是这个价格我们实在无法接
   受。

ก : ท่านคิดว่าต้องลดเท่าไร ท่านถึงจะรับได้

甲：您认为降多少您可以接受?

ข : อย่างน้อยร้อยละ ๑๕

乙：至少15%。

ก : ร้อยละ ๑๕ เป็นไปไม่ได้ เราก็ไม่อยากผูกกับราคา แต่เพื่อความร่วมมือ
   ในระยะยาว เอาอย่างนี้ได้ไหมครับ เพื่อแสดงความจริงใจของเรา
   เราจะลดให้ร้อยละ ๕ แต่มีเงื่อนไขคือท่านต้องทำสัญญาซื้อขายระยะ
   ยาวกับบริษัทเรา

甲：15%是不可能的。我也不想执着于价格的纠缠，但为了我们长
   期的合作，你看这样如何，为表示我们的诚意，我们降5%，但
   前提是你方与我方签订长期的合作合同。

ข : ได้ครับ เราเห็นด้วยกับข้อเสนอของท่าน จะยืนราคาที่เสนอมานี้กี่วันครับ

乙：行，我们同意接受你方的提议。这个报价几天内有效?

ก : ๑๕ วันครับ คราวหน้าก็ไม่ใช่ราคานี้แล้วครับ วัตถุดิบก็กำลังขึ้นราคา
   อัตราแลกเปลี่ยนเงินตราต่างประเทศก็ไม่คงที่

甲：15天。下次就不止这个价格了，原材料都在涨价，外币汇率也
   不稳定。

ข：เราจะได้รับสินค้าเมื่อไรหลังจากที่ออกใบสั่งซื้อแล้ว

乙：我们下订单后多久能收到货？

ก：จะส่งให้ภายในหนึ่งเดือน

甲：一个月内发货。

ข：ท่านก็ทราบว่าเดือนมิถุนายนเป็นฤดูการขาย ถ้าสินค้าล็อตนี้ส่งถึงช้า
กว่ามิถุนายน เราจะพลาดฤดูขายไป

乙：你们知道6月正是销售季节，如果这批货物抵达迟于6月，那我
方就会错过销售季节。

ก：ขอให้ท่านชำระค่าสินค้าตามเวลาที่ตกลง เรารับรองว่าจะส่งมอบสินค้า
ให้ตามเวลากำหนด

甲：只要你们按时支付货款，我们保证按时交货。

ข：ตามปกติ ให้ชำระแบบใด

乙：在通常情况下，使用何种付款方式？

ก：เรารับบัตรเครดิตที่เพิกถอนไม่ได้เท่านั้น เบิกจ่ายด้วยใบขนส่ง

甲：我们只接收不可撤销的信用证，凭装运单据结汇。

ข：ได้ครับ เราจะเปิด LC ที่รับรองการเบิกจ่ายและเพิกถอนไม่ได้มาให้ครับ

乙：行，我们会给你们开具保兑的、不可撤销的信用证。

ก：LC ต้องส่งถึงเราก่อนส่งมอบสินค้าสองสัปดาห์

甲：信用证必须在发货前两周寄达我方。

ข：ได้ครับ ผมรับรองว่าจะชำระก่อนสิ้นเดือนเมษายน ปกติ บรรจุสินค้า
อย่างไรครับ

乙：好的，我保证货款不会迟于4月底支付。你们一般用什么包装？

ก：เราจะใช้วัตถุกันกระเทือนห่อสินค้าทุกชิ้นก่อนบรรจุลงกล่องกันน้ำ
กล่องละ ๖๐ ชิ้น ขนถ่ายสะดวกมากครับ

甲：我们先用防震材料包装单件产品，再用轻便防水包装箱装运，
每箱60件，搬运相当方便。

ข：ขอให้สินค้าไม่เสียหายเป็นใช้ได้

乙：只要保证产品不受损就行。

ก：ไม่ต้องห่วง ไม่ใช่ของแตกง่าย จะไม่เสียหายระหว่างขนส่งอย่าง
　　แน่นอน สินค้าล็อตนี้ ท่านจะทำประกันประเภทไหนครับ

甲：别担心，它们不是易碎品，运输途中肯定不会损坏。这批货，

　　你们需要投保哪些险种呢？

ข：ผมจะทำประกันทุกประเภท ความเสียหายทุกชนิดก็จะอยู่ในขอบเขต
　　การประกันแล้ว

乙：我想投全险，任何损失或损坏就都在投保范围内了。

ก：ตกลงครับ

甲：好的。

บทสนทนา ๓　การขอเป็นตัวแทนจำหน่าย
会话3　　　代理洽谈

（คุณหวังเจรจากับบริษัทน้ำมันเครื่องเพื่อขอเป็นตัวแทนจำหน่ายที่กว่างซี）

（王先生与机油公司洽谈广西代理事宜。）

ก：น้ำมันเครื่องของบริษัทฯ ท่านมีตัวแทนจำหน่ายที่กว่างซีหรือยังครับ
　　ผมขอสมัครเป็นตัวแทนของบริษัทฯ ท่านกรับ

甲：贵公司的机油在广西已经有代理了吗？我想做你们的代理。

ข：เราก็กำลังหาบริษัทที่จะเป็นตัวแทนในกว่างซีอยู่พอดี

乙：我们也在找公司在广西代理我们的产品。

ก：เท่าที่ทราบ น้ำมันเครื่องของบริษัทฯ ท่านขายดีพอสมควรในประเทศจีน
　　โดยเฉพาะในเมืองใหญ่ที่มีจำนวนรถยนต์อยู่อันดับต้น ๆ ของจีน เช่น
　　กรุงปักกิ่ง นครเซี่ยงไฮ้ นครกวางโจว

甲：据我了解，贵公司的机油在中国还是有一定的销路的，特别是

　　北上广等机动车保有量居中国前列的大城市。

ข：ถ้าจะสมัครเป็นตัวแทน บริษัทฯ ท่านต้องมีสถานที่ดำเนินกิจการ

สถานที่จัดเก็บสินค้า รถส่งของและพนักงานขายจำนวนหนึ่ง

乙：如果申请代理，贵公司须有经营场所、储存场地、送货车辆及具有一定数量的营销人员。

ก：เราพร้อมทุกอย่างแล้วครับ นอกจากนั้น เรายังมีเครือข่ายจำหน่ายกว้างขวางและเครดิตจำหน่ายดีเยี่ยม

甲：这些我们都具备，我们还有很广的销售网络和很好的销售信誉。

ข：ถ้าท่านเป็นตัวแทนจำหน่ายในกว่างซี ท่านคิดว่าปริมาณการขายต่อปีจะได้เท่าไร

乙：如果让您做广西的代理，您预计年销售量能达到多少？

ก：ถ้าเป็นตัวแทนเพียงรายเดียว ผมมั่นใจว่าจะถึง ๑๐ ล้านหยวน เราเป็นเจ้าแรกที่เปิดตลาดในภูมิภาคนี้ รับรองว่าไปได้ดีแน่นอน

甲：如果是独家代理，我有信心达到1000万元。我们是本地区最先开拓市场的，保证有很好的收效。

ข：เรามีเงื่อนไขว่าตัวแทนระดับมณฑลสั่งซื้อสินค้าล็อตแรกไม่ต่ำกว่า ๒ ล้านหยวน เมื่อปริมาณจำหน่ายมากพอ ทางบริษัทฯ จะมีค่าโฆษณาให้ต่างหากอีกจำนวนหนึ่ง

乙：我们要求省级代理商首批进货金额不低于200万元。每销售达到一定的数量，公司还可以为您提供一定数额的广告费。

ก：ค่าโฆษณาสามารถเอาไปใช้ทำกิจกรรมอะไรได้บ้าง

甲：广告费可以用于哪些活动？

ข：จัดกิจกรรมโปรโมท เช่น กิจกรรมส่งเสริมการขาย เช่าป้ายโฆษณา สั่งทำสติ๊กเกอร์เครื่องหมายการค้า

乙：举行促销活动、租用广告牌、制作标志标签等宣传活动。

ก：ได้กิจกรรมหลายอย่างเหมือนกัน แล้วรูปแบบการชำระค่าสินค้าเป็นอย่างไรคะ

甲：用途还挺广的。货款结算方式如何？

ข : เราจะส่งมอบสินค้าให้หลังจากได้รับค่าสินค้าแล้ว หลังจากนั้นจะจัด
ส่งสินค้าให้และส่งใบกำกับภาษีมูลค่าเพิ่มให้ตามจำนวนจริง

乙：我们采用款到发货的方式。我方在收到贵方的货款后，安排发
货，并向贵方开具相应的增值税发票。

ก : เป็นตัวแทนได้นานเท่าไรคะ

甲：代理期限有多长？

ข : ปกติจะให้ ๒ ปีก่อน หากภายในหนึ่งปีไม่บรรลุเป้าที่กำหนดไว้
จะต่อเวลาให้อีกหนึ่งเดือน หากเกินครึ่งปียังไม่เข้าเป้า เรามีสิทธิ์ยกเลิก
สิทธิตัวแทนของท่าน หรือยุติความร่วมมือ แต่ถ้าท่านทำยอดขายได้ดี
เราจะต่อสัญญาให้ครับ

乙：一般先定两年。如果一年内没有完成规定的任务指标，可延长
1个月的时间，如超过半年仍不能完成指标，我方有权取消贵方
的代理资格，或终止合作。如果你们销售任务完成得好，我们
就再续签。

บทสนทนา ๔ การปฏิบัติตามสัญญา
会话4   履行合同情况

（ฝ่ายผู้ซื้อฟ้องร้องเรื่องการปฏิบัติตามสัญญากับฝ่ายผู้ขาย）
（买方向卖方投诉合同履行情况。）

ก : ตามใบสั่งซื้อหมายเลข 2013M02 ของเรา เราได้รับสินค้าล็อตแรกแล้ว
เมื่อวันที่ ๑๓ มิถุนายน แต่เมื่อตรวจสอบสินค้า เราพบว่ามีสินค้าส่วน
หนึ่งเปียกชื้น น่าจะเกิดจากการบรรจุหีบห่อไม่ดีพอ

甲：我们的2013M02号订单，已经于6月13日收到第一批货物。在对
货品检验时，我们发现部分货品受潮，显然是由于包装不良所
致。

ข : สินค้าที่ส่งให้บริษัทฯ ท่าน เราบรรจุด้วยกระสอบป่านใหม่ๆ ที่คงทนทั้งนั้น

乙：交付贵公司的货物，我们是用坚固的新麻袋包装的。

ก：กระสอบป่านกันชื้นไม่ได้ สินค้าล็อตต่อไปควรจะต้องใช้กระสอบกันชื้น

甲：麻袋不能防潮，我们希望下一批货物能改用防潮的包装袋。

ข：ได้ครับ งวดต่อไปเราจะใช้กระสอบพลาสติกสานชนิดเคลือบกันความ

　　ชื้น กระสอบละ ๖๐ กิโล คราวนี้รับรองไม่เปียกชื้นแน่นอน

乙：可以，下一批货物我们改用内附防潮膜塑料编织袋包装，每袋

　　60公斤。这次保证不会再受潮。

ก：นอกจากนี้ ขณะนี้ เรายังไม่ได้รับใบแจ้งการขนส่งสินค้าตามใบสั่ง

　　ซื้อหมายเลข ๒๐๑๓M๐๓ ลูกค้าของเราต้องการเครื่องยนต์งวดนี้

　　ด่วน เร่งให้เราส่งมอบสินค้าอยู่ตลอดเวลา

甲：另外，现在我们仍未收到2013M03号订单货物运输的通知，我

　　们的客户急需这批机器，不断地催促我方交货呢。

ข：เครื่องยนต์ล็อตนี้ เราผลิตและประกอบเสร็จเรียบร้อยแล้ว

　　สามารถจองตู้ส่งสินค้าได้เลยครับ

乙：这批机器我们已经生产组装完毕，马上就可以订货柜发货。

ก：หากเรายังไม่ได้รับข่าวส่งมอบสินค้าภายในสัปดาห์นี้ เราจะขอสงวน

　　สิทธิ์ในการคืนสินค้าและเรียกร้องความเสียหายจากท่าน

甲：如果在本周之内我方仍未能收到发货信息，我方将保留退货的

　　权利并保留向你们索取赔偿我方损失的权利。

ข：เรารับรองว่าจะส่งมอบสินค้าให้ภายในสัปดาห์นี้

乙：我们保证在本周内发货。

ก：เราหวังว่าเรื่องเช่นนี้จะไม่เกิดขึ้นอีก

甲：我们希望类似的事情将来不再发生。

ข：เราก็หวังว่าปัญหาเช่นนี้จะไม่กระทบการซื้อขายของเราในอนาคต

乙：我希望这个问题不会影响我们今后的贸易。

คำศัพท์ 词汇表

เจรจา 洽谈，谈判
กลยุทธ์ 策略
ร่วมมือ 合作
ขาดทุน 亏本
รายการสินค้า 商品清单
โครงสร้าง 结构
ซับซ้อน 复杂
วัตถุ 材料
ห่อ 包装
กันน้ำ 防水
ปริมาณ 数量
โหล 打，12个
เหมาะสม 合适
ย่อมเยา 优惠
กำแพงภาษี 关税壁垒
เพิกถอน 撤销
ใบขนส่ง 装运单
กฎระเบียบ 规定，规章制度
เปียกชื้น 潮湿
พนักงานขาย 销售员
เครดิต（credit） 信誉，信用
ภูมิภาค 地区，地域
เงื่อนไข 条件
ใบกำกับภาษี 发票
ยุติ 停止

เครื่องจักร 机械，机器
แผนกจัดซื้อ 采购部
รับรอง 保证，担保
สังคม 社会
ซีรีส์（series） 系列
เครื่องยนต์ 机器
ขัดข้อง 故障
กระเทือน 震动
บรรจุ 装，入箱
ขนถ่าย 搬运
สั่งซื้อ 下单，购买
ราคา CIF 到岸价
สอดคล้อง 符合，与……一致
กำลังซื้อ 购买力
อำนาจต่อรอง 谈判权
เบิกจ่าย 领取
เรียกร้อง 要求，呼吁
ขอบเขต 范围
สงวนสิทธิ์ 保留权利
เครือข่าย 网络
เจ้า 商家
ภาคีสมาชิก 会员
ล็อต（lot） 批，期
ภาษีมูลค่าเพิ่ม 增值税
กระทบ 影响

ควบคุม　操作，操纵，控制
แม่พิมพ์　模具，模型
คละแบบ　混杂样式
อัตราแลกเปลี่ยน　兑换率
ฤดูการขาย　销售季节
น้ำมันเครื่อง　机油
คงทน　结实
พลังงาน　能量
บรรจุภัณฑ์　包装材料
ผูก　束缚
เงินตราต่างประเทศ　外汇
ของแตกง่าย　易碎品
พิสูจน์　证明

ข้อสังเกต　注释

1. จาก 做动词时表示“离开”。例如：

จากบ้านไปทำงาน　离开家去打工。

在课文中，做介词，表示时间、动作的起点或动作进行前所处的位置，意为“从，自”。例如：

จากเช้าจนค่ำ　从早到晚

เขามาจากประเทศไทย　他来自泰国。

ยกหูโทรศัพท์ออกจากเครื่อง　从电话机上摘下听筒

2. ขึ้นอยู่กับ 意思是“取决于，依……而定”。例如：

กิจกรรมในพรุ่งนี้ ขึ้นอยู่กับสภาพอากาศ

明天的活动，视天气情况而定。

โดยทั่วไป ราคาของสินค้าขึ้นอยู่กับอุปสงค์และอุปทาน

一般来说，商品的价格取决于供求关系。

สำเร็จหรือล้มเหลว ล้วนขึ้นอยู่กับ “คน”

成功或是失败，完全取决于“人”。

3. น่าจะ 副词，有两个意思：

（1）表示根据客观情况判断“应该，理当”。例如：

　　เธอน่าจะไปขอโทษเขา　你应当去请求他原谅。

สิ่งนี้ไม่น่าจะเกิดขึ้นกับฉัน　这件事不应该发生在我身上。

（2）表示根据客观情况判断、猜测 "可能，也许，预计"。例如：

ฝนไม่น่าจะตก　预计不会下雨。

การปักปันเขตแดนลาว-เวียดนามมีความคืบหน้าไปมากแล้ว น่าจะเสร็จ
ทั้งหมดภายในปีหน้า

老—越勘界立碑工作已取得重大进展，预计于明年全部完成。

4. พลาด 动词，主要有下列两个意思：

（1）"错过，未赶上，失去"。例如：

ปัญหาเรื่องสุขภาพทำให้เขาพลาดโอกาสในการไปศึกษาต่อต่างประเทศ

健康问题令他失去了到国外学习的机会。

อย่าพลาดฤดูกาลเพาะปลูก　不要错过耕种时机。

วัดพระแก้วเป็นสถานที่ท่องเที่ยวที่ไม่ควรพลาด

玉佛寺是不应错过的旅游景点。

（2）"失误，未击中"。例如：

กระสุนพลาดเป้า　子弹未击中目标。

กิจกรรมนี้อันตรายมาก ถ้าพลาดนิดเดียวอาจถึงแก่ความตาย

这项活动非常危险，一丁点儿失误就可致命。

5. หาก 连词，连接假设复句，多用于书面语，表示 "如果，假
如"，可与 ถ้า 连用为 ถ้าหาก。例如：

หากไม่ชำระภายในวันที่ ๕ จะขอปรับร้อยละ ๕ ของค่าเช่า

如果不在5日前付清，将罚租金的5%。

ชาติบ้านเมืองจะล่มสลาย ถ้าหากเราไม่สามัคคีกัน

如果我们不团结，国家将灭亡。

คำศัพท์เพิ่มเติม 补充词汇

ผลิตผลการเกษตร　农产品　　　　　สิ่งทอ　纺织品
เครื่องใช้ไฟฟ้า　电器　　　　　　เครื่องหนัง　皮具，皮制品

เครื่องเพชร 珠宝饰物　　　　หินแร่ 矿石

โบรชัวร์ (brochure) 宣传册，说明书

ใบรับรองสถานที่ผลิต 原产地证明　　มอบอำนาจ 授权

ความรับผิดชอบ 责任　　　　ผลประโยชน์ 利益

ผู้ผลิต 生产商，生产者　　　　ผู้ตรวจสอบ 检验员

พ่อค้าคนกลาง 中间商　　　　คู่ภาคี 合作伙伴

ผู้ช่วย 助理　　　　ที่ปรึกษา 顾问

ผู้อำนวยการฝ่ายบัญชี 财务总监　　มาตรฐาน 标准，规格

บริการหลังขาย 售后服务　　　ไม่ได้มาตรฐาน 不合格

สินค้าคุณภาพต่ำ 次品，劣质品　　สินค้าเลียนแบบ 仿冒产品

รูปแบบ 模式，模型　　　　ชั้นวางสินค้า 陈列架

สินค้าโชว์ 展品　　　　ราคา FOB 离岸价

ยูโร (Euro) 欧元　　　　ตู้คอนเทนเนอร์ 货柜，集装箱

ศุลกากร 海关　　　　เงื่อนไขชำระเงิน 付款条件

กู้เงิน 贷款　　　　ตลาดสากล 国际市场

เงินตราต่างประเทศ 外汇　　　เทคนิค 技术

นโยบายการลงทุน 投资政策　　เงินทุนหมุนเวียน 流动资金

เงินทุนต่างประเทศ 国外资金　　ราคาต้นทุน 成本价

ราคาตายตัว 实盘　　　　ค่าขนส่ง 运输费

ค่าระวาง 船运费　　　　อุปกรณ์พื้นฐาน 基础设施

อุปกรณ์สำเร็จรูป 成套设备　　ภาษีเงินได้ 所得税

อนุญาโตตุลาการ 仲裁　　　ข้อตกลง 协议

คู่สัญญา 合同双方　　　　คู่เจรจา 谈判双方

พันธมิตร 同盟　　　　กิจการ 业务

ผิดสัญญา 违反合约　　　สัญญาหมดอายุ 合同到期

รูปประโยคเพิ่มเติม 句型拓展

ตั้งแต่...	自从……，从……开始
รวมถึง...	包括……
...ก็ว่าได้	可以说……
แต่ก่อน...	以前……，之前……
รับรองว่า...	保证……
หวังว่า...	希望……

แบบฝึกหัด 练习

一、根据中文意思完成填空。

1. เขา＿＿＿＿＿รถเมล์เที่ยวสุดท้าย ต้องพรุ่งนี้ถึงจะมาได้
   他没赶上晚班车，要明天才能来了。

2. การทำงานเป็นทีมจะ＿＿＿＿＿วัตถุประสงค์ได้ง่ายกว่า
   团队合作将更容易实现目标。

3. อัตราดอกเบี้ย＿＿＿＿＿ปัจจัยอะไร
   利息率取决于什么因素？

4. ＿＿＿＿＿คุณไม่ปฏิบัติตาม จะสำเร็จได้ยาก
   如果你不照做，会很难成功。

5. ผมหวังว่าจะได้สร้างความร่วมมือ＿＿＿＿＿กับบริษัทฯ ท่าน
   我希望与你们建立长期合作关系。

二、用泰语表达下列句子。

1. 我们想知道每种颜色、每种图案的最低订购数量。

2. 如果我方订购数目大，贵方能降价的幅度有多大？

3. 原材料价格上涨，我们不得不调整价格。

4. 我们接到贵方的信用证后立即安排发货。

5. 在同类产品中，我们的价格是最合理的。

6. 我希望这批货能在8月底前运达我方。

7. 产品质量不合格，给我们公司造成了很大损失，我们希望贵公司赔偿造成的损失。

8. 如果贵方在泰国尚未有委托代理，我方很有兴趣做你方的独家代理。

9. 我公司的职员经过很好的训练，而且具有丰富的推销经验。

10. 你们想独家代理的请求我们正在考虑当中，如可能，我们很想了解你方推销我们产品的计划。

三、用泰语模拟下列情景进行对话。

1. 买方与卖方联系要求增加大米订量。

2. 卖方向买方介绍公司生产的空调扇。

3. 买方因收到的货物与订单有出入而与卖方谈判赔偿事宜。

ความรู้ที่เกี่ยวข้อง **常识**

泰国进口关税

泰国海关对原材料进口关税税率为10—15%，半成品关税税率为15—40%，制成品关税税率为30—60%，具有商业价值的广告关税税率为40%。从1993年起，泰国海关还向进口货物征收7%的增值税。对于医疗用机器、电气装置和其他用于国家经济发展的产品的进口可享受免税待遇。泰国的多数关税是从价税，而价格则采用到岸价。当采用从量税时，关税是根据重量、体积或单位来计算的。一些产品既有从量税率，又有从价税率。当某种产品这两种关税率都有时，以较高关税率为准。

对进口货物征收关税，泰国海关采用以下三种方法：（1）应用从价税率；（2）应用从量税率或从价税率，以较大者为准；（3）只征收从量税率。泰国海关估价依据是进口货物在开放市场上销售的真正市场价。货物的真正市场价定义为：相同种类、相同质量的货物在无损耗、无任何扣除的情况下，在进出口时间和地点所卖得的总现金价。实际上，泰国海关已经建立了海关估价程序以供海关关员参照执行。

บทที่ ๒๗ นิทรรศการทางการค้า
第二十七课　商品展销

รูปประโยคพื้นฐาน　基本句型

ถ้า...ละก็	如果……
ที่จริงแล้ว...	实际上……
นอกจาก...แล้ว	除……以外
จาก...	从……，自……
ระหว่าง...	……之间，……期间
ภายใน...	……之内，……之前
ขอแนะนำให้...	建议……
ได้รับขนานนามว่า...	被称为……
ถูกแทนที่ด้วย...	被……所取代
ส่วน...	而……，至于……
หลายปีที่ผ่านมา...	多年来……，近年来…… ○

ประโยคทั่วไป　常用句子

ปีนี้หนานหนิงจะจัดงานแสดงสินค้าหรืองานเอ็กซ์โป

今年，南宁会举行商品博览会。

เอ็กซ์โปหนานหนิงเป็นนิทรรศการนานาชาติที่มีวัตถุประสงค์หลากหลาย
ทั้งการค้า การลงทุน การร่วมมือ ธุรกิจประเภทบริการฟอรัมสำหรับผู้บริหาร
และการแลกเปลี่ยนวัฒนธรรม

南博会是一个开展贸易、投资、合作、服务贸易、高层论坛和文化
交流等活动的国际博览会。

ท่านติดตามข่าวสารจากเว็บไซต์ทางการของงานเอ็กซ์โปจีน-อาเซียนได้ที่
http://www.caexpo.org และขอสมัครร่วมงานผ่านเว็บไซต์นี้

您可以通过中国—东盟博览会的官方网站http://www.caexpo.org了解
情况，并通过这个网站报名参会。

ขอเชิญผู้ประกอบการทุกท่านเข้าร่วมงานแสดงสินค้าที่อิมแพ็คเมืองทองธานี

诚邀各位经营者到蒙通他尼会展中心参加商品展销会。

เราต้องประชาสัมพันธ์ แถลงข่าวการจัดนิทรรศการ

我们要做宣传，召开展会新闻发布会。

วันนี้รัฐมนตรีกระทรวงพาณิชย์จะมาเปิดงานเวลา ๖ โมงเย็น หลังจากนั้น
มีงานเลี้ยงรับรอง

今晚6点，商务部部长会来开幕，然后举行招待晚宴。

มีพื้นที่ภายนอกอาคารจำนวน ๖๐๐ คูหาให้จัดแสดงสินค้าได้

室外有600个展位可以展示商品。

ภายในงานจัดแสดงสินค้าเป็น ๖ ส่วน เช่น สินค้าอาเซียน สินค้าจีน

会展内商品展示分为6个部分，如东盟商品、中国商品等。

การจัดแสดงนิทรรศการทางการค้าจะช่วยส่งเสริมการลงทุนระหว่างประเทศ

商品展销会将有助于促进国际投资。

นิทรรศการนี้จัดขึ้นเพื่อส่งเสริมการขาย

这次会展主要是为了促进销售。

นอกจากบริษัทจีนแล้ว ยังมีบริษัทจากประเทศต่าง ๆ อีก ๒๗ บริษัท

除中国公司外，还有来自世界各地的27家外国公司。

นอกจากการแสดงสินค้า ยังมีการให้บริการปรึกษาด้านการลงทุนด้วย

除了商品展，还提供投资咨询服务。

ท่านจะจองบู้ธแสดงสินค้าหรือจะเข้าชมงานคะ

您是要订展位参展呢，还是要入场参观？

บู้ธหนึ่งมีพื้นที่ ๘ ตารางเมตร ค่าเช่า ๑ หมื่นบาท ราคานี้รวมป้ายชื่อบริษัท
ทั้งภาษาจีน ไทย อังกฤษ ซึ่งเราจะสั่งทำและติดตั้งให้ค่ะ

每个展位面积为9平方米，租金1万铢，这个价钱包含中泰英文公司名字牌子。牌子由我们统一制作和布置。

ในบู้ธจะจัดโต๊ะให้ ๑ ตัว เก้าอี้ ๒ ตัว และปลั๊กไฟ ๒ จุดค่ะ

展位里将提供一张桌子、两把椅子和两处插座。

ท่านต้องวางมัดจำเป็นเงิน ๓๐ เปอร์เซ็นต์ของค่าเช่าภายใน ๓ วัน เมื่อเราได้รับค่ามัดจำแล้วจะแจ้งยืนยันการจองบู้ธแก่ท่าน และขอให้ท่านชำระค่าเช่าที่เหลือภายในวันที่ ๑ สิงหาคมค่ะ

您要在三天内交付租金的30%作为订金，我们收到订金后会与您确定展位，然后请您在8月1日前交付完余款。

ท่านจะเข้าจัดบู้ธได้ล่วงหน้าหนึ่งวัน　　您可以提前一天入场布展。

ทั้งหมด ๕ วันค่ะ ๓ วันแรกเป็นการเจรจาการค้า ส่วน ๒ วันที่เหลือเปิดให้ประชาชนทั่วไปเข้าชม

一共五天，头三天是商贸洽谈，后两天是百姓开放日。

เรายังมีบริการอินเทอร์เน็ตปริ้นท์เอกสาร และถ่ายเอกสาร ถ้าท่านต้องการใช้บริการเหล่านี้ก็ติดต่อเราได้ค่ะ

我们还提供互联网、打印、复印等服务，您有需要的话请联系我们。

ถ้ามีข้อสงสัยเกี่ยวกับผลิตภัณฑ์ของเรา สอบถามได้นะคะ

如果对我们的产品有任何疑问，可以咨询。

ชมก่อนได้นะคะ　　可以先看看。

คุณมีเจ้าหน้าที่นำชมนิทรรศการไหมครับ　　您有展会引导员了吗?

เชิญผู้เข้าชมลงทะเบียนที่หน้างานก่อนนะคะ

请参会者入场前签到。

กรุณากรอกแบบประเมินผลด้วยนะครับ　　请填写评估表。

ผมคิดว่าบริษัทฯ เราควรไปร่วมงานนิทรรศการที่ประเทศจีนบ้าง เพื่อเป็นโอกาสที่จะได้ร่วมมือกับบริษัทจีนและสร้างชื่อเสียงให้กับสินค้าของเรา

我觉得我们公司应该到中国去参加一些展会，寻求与中国商家合作的机会，扩大我们公司产品的知名度。
งานแสดงสินค้านี้มีภาคธุรกิจให้ความสนใจเป็นจำนวนมาก
有很多公司对这次会展感兴趣。
บริษัทฯ เราออกแบบและผลิตเครื่องจักรทางการเกษตรเป็นหลัก ไม่ทราบว่างานนี้มีโซนที่เกี่ยวข้องหรือเปล่า
我公司主要从事农业机械的开发和生产，不知道该博览会有相关展区吗？
หลังจากเข้าชมนิทรรศการ ผมได้เรียนรู้และเข้าใจเทคโนโลยีใหม่ ๆ ด้านเครื่องจักรการเกษตรของประเทศจีนและประเทศอื่น ๆ ด้วย
通过参观，我学习了解了中国和其他国家在农业机械方面的先进技术。
ผมจะได้รับข่าวสารเกี่ยวกับเอ็กซ์โปหนานหนิงมากกว่านี้ได้ยังไงครับ
我如何才能了解关于南博会的更多情况呢？
ผมจะจองบู้ธครับ 我想订展位。
คิดค่าเช่าบู้ธเท่าไรคะ 展位租金如何计算？
มีสินค้าประเภทไหนบ้างที่จำหน่ายในงาน
展会上有哪些商品出售？
ผมเป็นฝ่ายจัดซื้อ ขอรายชื่อผู้ร่วมแสดงสินค้าสักฉบับหนึ่งได้ไหมครับ
我是采购商，可以给我一份参展商家名录吗？
บริษัทเราจำหน่ายอัญมณี มีแบรนด์ของเราเอง เราอยากเจรจาด้าน OEM มากกว่า
我们公司是做宝石销售的，有我们自己的牌子，我们想谈谈贴牌加工。
แบบดูประณีตและค่อนข้างทันสมัย ไม่ทราบว่าที่โรงงานใช้ช่างเจียระไนหรือใช้เครื่องครับ ปริมาณการผลิตเป็นไงครับ
样式看起来挺别致新颖的。不知道贵厂用的是人工打磨还是机器打磨？产量如何？

ผมหวังว่าเราจะได้ร่วมมือกันในด้านนี้ ถ้าเราอยากจะไปชมโรงงานของท่านจะสะดวกไหมครับ
我希望我们可以在这方面合作。如果我们希望到贵厂参观，不知方便吗?
แต่ถ้าท่านต้องการผลิตภัณฑ์ที่ใช้ช่างเจียระไน เราก็มีช่างฝีมือยอดเยี่ยมอยู่จำนวนหนึ่ง
如果您需要人工打磨的产品，我们厂也有一批手艺精湛的工人。

การสนทนา 情景对话

บทสนทนาที่ ๑ งานเอ็กซ์โปจีน-อาเซียน
会话1 中国—东盟博览会

（นักธุรกิจชาวจีนแนะนำงานเอ็กซ์โปจีน-อาเซียนแก่นักธุรกิจชาวไทย）
（中国商家向泰国商家介绍中国—东盟博览会。）

ก：ผมคิดว่าบริษัทฯ เราควรไปร่วมงานนิทรรศการที่ประเทศจีนบ้าง เพื่อเป็นโอกาสที่จะได้ร่วมมือกับบริษัทจีนและสร้างชื่อเสียงให้กับสินค้าของเรา
甲：我觉得我们公司应该到中国去参加一些展会，寻求与中国商家合作的机会，扩大我们公司产品的知名度。
ข：ถ้าทางตอนใต้ของจีนล่ะก็ ผมขอเสนองานเอ็กซ์โปจีน-อาเซียน
乙：如果在中国南方，我推荐中国—东盟博览会。
ก：หรือครับ งานเอ็กซ์โปจีน-อาเซียนจัดที่ไหนครับ
甲：哦? 中国—东盟博览会在哪里举行?
ข：ที่นครหนานหนิง มณฑลกว่างซีครับ เรียกย่อ ๆ ว่าเอ็กซ์โปหนานหนิง
乙：在广西南宁举行，所以简称“南博会”。
ก：เอ็กซ์โปหนานหนิงเป็นงานลักษณะไหนครับ
甲：南博会是一个什么性质的博览会?

ข：เอ็กซ์โปหนานหนิงเป็นนิทรรศการนานาชาติที่มีวัตถุประสงค์หลากหลาย ทั้งการค้า การลงทุน การร่วมมือ ธุรกิจประเภทบริการ ฟอรัมสำหรับผู้บริหาร และการแลกเปลี่ยนวัฒนธรรม

乙：它是一个开展贸易、投资、合作、服务贸易、高层论坛和文化交流等活动的国际博览会。

ก：งานนี้จัดทุกปีไหมครับ

甲：这个博览会每年都举行吗?

ข：ใช่ครับ เริ่มตั้งแต่ปี ๒๐๐๔ จัดขึ้นที่นครหนานหนิงทุกปี ปีนี้เป็นครั้งที่ ๑๐ แล้วครับ

乙：是的，从2004年开始每年在南宁举行，今年已经是第十届。

ก：เป็นงานเอ็กซ์โปจีน-อาเซียน ผู้ร่วมงานจำกัดอยู่เฉพาะประเทศจีนกับประเทศจากอาเซียนหรือเปล่าครับ

甲：既然是中国—东盟博览会，参展商就仅限于中国和东盟国家吗?

ข：เปล่าครับ ที่จริงแล้ว นอกจากประเทศจีนกับประเทศในกลุ่มอาเซียนแล้ว มีบริษัทจากประเทศอื่น ๆ เช่น อเมริกา ญี่ปุ่น มาร่วมงานด้วย

乙：不，实际上，除中国和东盟十国外，美国、日本等国的商家也参展的。

ก：บริษัทฯ เราออกแบบและผลิตเครื่องจักรการเกษตรเป็นหลัก ไม่ทราบว่างานนี้มีโซนที่เกี่ยวข้องด้วยหรือเปล่า

甲：我公司主要从事的是农业机械的开发和生产，不知道该博览会有相关展区吗?

ข：มีครับ งานเอ็กซโปร์จัดขึ้น ๓ แห่ง ที่ศูนย์นิทรรศการนานาชาติหนานหนิง หอนิทรรศการกว่างซีและศูนย์นิทรรศการหัวหนานเฉิง ส่วนนิทรรศการด้านการเกษตรจัดขึ้นที่หอนิทรรศการกว่างซี รวมถึงผลิตผลการเกษตร เครื่องมือการเกษตร การบรรจุหีบห่อสินค้าการเกษตร องค์กรบริการทางการเกษตร และเครื่องจักรการเกษตร สินค้าของบริษัทฯ ท่านน่าจะอยู่โซน

เครื่องจักรการเกษตร

乙：有的。博览会分三个展区，南宁国际会展中心、广西展览馆
和南宁华南城会展中心。农业展在广西展览馆举行，包括农产
品、农具、农产品包装、农业服务机构和农用机械的展览。贵
公司的产品应该属于农用机械这一块儿。

ก：ที่อื่นจัดนิทรรศการอะไรบ้าง

甲：其他展区还有什么内容的展览？

ข：ที่ศูนย์นิทรรศการหัวหนานเฉิงมีนิทรรศการอุตสาหกรรมเบา ส่วน
งานหลักอยู่ที่ศูนย์นิทรรศการนานาชาติหนานหนิง ซึ่งจัดนิทรรศการ
๕ หัวข้อด้วยกัน

乙：南宁华南城会展中心有轻工展，而主会场南宁国际会展中心，
则分五个专题来举行展览。

ก：๕ หัวข้อไหนบ้างครับ

甲：哪五个专题？

ข：การค้าขายสินค้า การลงทุนและการร่วมมือ เทคโนโลยีล้ำยุค การค้าบริการ
และเมืองแห่งมนต์เสน่ห์ ผมคิดว่าภายใต้หัวข้อ "การค้าขายสินค้า"
และ "เทคโนโลยีล้ำหน้า" น่าจะมีการสาธิตเครื่องจักรการเกษตรบ้าง
ท่านไปชมได้ครับ

乙：商品贸易、投资合作、先进技术、服务贸易和"魅力之城"。
我想在"商品贸易"和"先进技术"这两个主题，应该也会展
示一些农业机械，您可以去参观。

ก：ครับ หลังจากเข้าชมนิทรรศการ ผมได้เรียนรู้และเข้าใจเทคโนโลยีใหม่ ๆ
ด้านเครื่องจักรการเกษตรของประเทศจีนและประเทศอื่นๆ ด้วย

甲：对，通过参观，我可以学习、了解中国和其他国家在农业机械
方面的先进技术。

ข：ท่านสนใจจะร่วมแสดงสินค้าด้วยไหมครับ

乙：您有兴趣参展吗？

ก：ใช่ครับ ปีนี้จัดงานเอ็กซ์โปหนานหนิงช่วงเวลาไหนครับ

甲：是的。今年的南博会什么时间举行？

ข：ปีนี้จัดระหว่างวันที่ ๓-๖ กันยายนครับ

乙：今年是9月3日—6日举行。

ก：ผมจะได้รับข่าวสารเกี่ยวกับเอ็กซ์โปหนานหนิงมากกว่านี้ได้ยังไงครับ

甲：我如何才能了解关于南博会的更多情况呢？

ข：ท่านติดตามข่าวสารจากเว็บไซต์ทางการของงานเอ็กซ์โปจีน-อาเซียนได้ที่ http://www.caexpo.org และสมัครร่วมงานผ่านเว็บไซต์นี้นะครับ

乙：您可以通过中国—东盟博览会的官方网站http://www.caexpo.org了解情况，并通过这个网站报名参展。

บทสนทนาที่ ๒ การจองบู้ธ
会话2 订展位

（ผู้จัดการฝ่ายขายโรงแรมกุ้ยหลินแห่งประเทศจีน ติดต่อฝ่ายจัดงานนิทรรศการการท่องเที่ยวเพื่อจองบู้ธ）

（中国桂林大酒店销售经理联系泰国旅游展主办方订展位。）

ก：สวัสดีครับ ผมเป็นผู้จัดการฝ่ายขาย โรงแรมกุ้ยหลิน อยากจะสอบถามเรื่องงานท่องเที่ยวที่จะจัดขึ้นในเดือนสิงหาคม

甲：您好！我是桂林大酒店的销售经理，想咨询一下关于8月份举办的旅游展的参展事宜。

ข：ยินดีต้อนรับค่ะ ท่านจะจองบู้ธแสดงสินค้าหรือจะเข้าชมงานคะ

乙：非常欢迎。您是要订展位参展呢还是要入场参观？

ก：ผมจะจองบู้ธครับ

甲：我想订展位参展。

ข：ได้ค่ะ งานนิทรรศการท่องเที่ยวครั้งนี้ เราแบ่งเป็น ๔ โซน คือ ผู้ประกอบการบริษัททัวร์ สถานที่ท่องเที่ยวและร้านค้า โรงแรมและอาหาร การเดินทาง

ท่านเป็นตัวแทนโรงแรม น่าจะอยู่โซน ๓ ค่ะ

乙：好的。这次的旅游展我们分旅行社、景区和店铺、酒店餐饮以及交通服务四个展区，您是酒店代表，应该在三展区。

ก：โซน ๓ มีทั้งหมดกี่บู้ธครับ

甲：三展区一共有几个展位？

ข：มีทั้งหมด ๕๐ บู้ธ จองแล้ว ๓๘ บู้ธค่ะ

乙：共有50个展位，已预订了38个。

ก：ไม่ทราบว่า บู้ธหนึ่งมีพื้นที่เท่าไร และราคาเท่าไรครับ

甲：不知道一个展位面积多大？价格多少？

ข：บู้ทหนึ่งมีพื้นที่ ๙ ตารางเมตร ค่าเช่า ๑ หมื่นบาท ราคานี้รวมป้ายชื่อบริษัททั้งภาษาจีน ไทย อังกฤษ ซึ่งเราจะสั่งทำและติดตั้งให้ค่ะ

乙：每个展位面积为9平方米，租金1万铢，这个价钱已经包含中泰英文公司名字牌子。牌子由我们统一制作和布置。

ก：มีโต๊ะเก้าอี้ไหมครับ

甲：提供桌椅吗？

ข：มีโต๊ะให้ ๑ ตัว เก้าอี้ ๒ ตัว และปลั๊กไฟ ๒ จุดค่ะ

乙：有一张桌子、两把椅子和两处插座。

ก：ถ้าผมจะจองบู้ธ ผมต้องเตรียมเอกสารอะไรบ้างครับ

甲：如果我要预订展位的话，需要准备什么材料？

ข：ขอใบทะเบียนของบริษัทฯ ท่าน และกรอกแบบฟอร์มสมัครใบนี้ นี่คือแผนที่โซน ให้ท่านเลือกบู้ธที่ท่านจะจองค่ะ

乙：请您出示贵公司的营业执照，并填写这张报名表。这是展区平面图，请您选择您需要订的展位。

（หลังจากกรอกใบสมัครเสร็จแล้ว）（报名表填写好后）

ก：ครับ นี่คือใบทะเบียนและใบสมัครครับ

甲：好的。这是公司营业执照和报名表。

ข：ท่านต้องวางมัดจำเป็นเงิน ๓๐ เปอร์เซ็นต์ของค่าเช่าภายใน ๓ วัน เมื่อเรา

ได้รับค่ามัดจำแล้วจะแจ้งยืนยันการจองบู้ธแก่ท่าน และขอให้ท่านชำระค่าเช่าที่เหลือภายในวันที่ ๑ สิงหาคมค่ะ

乙：您要在三天内交付租金的30%作为订金，我们收到订金后会与您确定展位，然后请您在8月1日前交付完余款。

ก：ผมสามารถชำระด้วยรูปแบบใดครับ

甲：我可以通过什么方式交款？

ข：นี่เป็นบัญชีธนาคารของเรา ท่านโอนเงินเข้าบัญชีนี้นะคะ

乙：这是我们的银行账号，请您转存入这个账户。

ก：ครับ เราจะไปจัดบู้ธได้เมื่อไรครับ

甲：好的。我们什么时候可以开始布展？

ข：ท่านจะจัดบู้ธได้ล่วงหน้าหนึ่งวัน

乙：您可以提前一天布展。

ก：ได้ครับ

甲：行。

ข：ถ้ามีปัญหาอะไรอีก ท่านโทรแจ้งได้ที่ฮอตไลน์ของเรานะคะ

乙：如果还有什么问题，您可以拨打我们的热线电话。

บทสนทนาที่ ๓ บริการหน้างานนิทรรศการ

会话3 展会服务

（ฝ่ายจัดซื้อสอบถามที่เคาน์เตอร์ประชาสัมพันธ์หน้างานนิทรรศการ）

（展会采购商向展会服务台咨询展会服务。）

ข：สวัสดีค่ะ ติดต่อเรื่องอะไรคะ

乙：您好！您联系什么业务呢？

ก：ผมเป็นฝ่ายจัดซื้อ ผมขอรายชื่อผู้ร่วมแสดงสินค้าสักฉบับได้ไหมครับ

甲：我是采购商，可以给我一份参展商家名录吗？

ข：ได้ค่ะ นี่ค่ะ

乙：可以的，给您一份。

ก：ขอบคุณครับ งานเอ็กซ์โปจัดกี่วันครับ

甲：谢谢！展会一共举行几天？

ข：ทั้งหมด ๕ วันค่ะ ๓ วันแรกเป็นการเจรจาการค้า ส่วน ๒ วันที่เหลือเปิด
ให้ประชาชนทั่วไปเข้าชม

乙：一共五天，头三天是商贸洽谈，后两天是百姓开放日。

ก：ประเภทอาหาร มีผู้ร่วมแสดงสินค้ากี่รายครับ

甲：食品类共有多少商家参展？

ข：ทั้งหมด ๖๘ รายค่ะ มีบู้ธ ๗๕ บู้ธอยู่โซน ๓ ถึงโซน ๕

乙：一共有68家公司参展，有75个展位，在3号到5号展厅。

ก：บริษัทเหล่านี้ส่วนใหญ่เป็นบริษัทจีนหรือเปล่าครับ

甲：这些公司大部分都是中国公司吗？

ข：ใช่ค่ะ นอกจากบริษัทจีนแล้ว ยังมีบริษัทจากประเทศต่าง ๆ อีก ๒๗
บริษัท

乙：是的，除中国公司外，还有来自世界各地的27家外国公司。

ก：มีแผนที่หอแสดงสินค้าไหมครับ

甲：有展厅地图吗？

ข：มีค่ะ นี่ค่ะ มีเจ้าหน้าที่นำชมนิทรรศการไหมคะ

乙：有的，给您。您有展会引导员了吗？

ก：ยังไม่มีครับ

甲：还没有。

ข：ขอแนะนำให้จ้างเจ้าหน้าที่นำชมหรือล่ามเพื่อสะดวกในการเจรจาค่ะ

乙：我建议您请一位引导员或者翻译，这样方便您接洽。

ก：ก็ดีเหมือนกัน ถ้าผมขอล่ามคนหนึ่ง มีค่าใช้จ่ายยังไงครับ

甲：也好。我请翻译的话，如何收费？

ข：ต้องการล่ามภาษาอะไรคะ ถ้าล่ามภาษาจีน-อังกฤษ วันละ ๔๐๐
หยวนค่ะ ถ้าล่ามภาษาจีน-ไทย ก็จะแพงหน่อย วันละ ๖๕๐ หยวนค่ะ

乙：您需要什么语种的翻译？如果是中英文，就每天400元人民币，如果是中泰，就稍微贵一些，每天650元人民币。

ก：คุณช่วยจัดล่ามภาษาไทยให้ผมคนหนึ่ง

甲：请您给我安排一位泰语翻译吧。

ข：ได้ค่ะ ที่นี่เรายังมีบริการอินเทอร์เน็ต ปริ้นท์เอกสาร และถ่ายเอกสาร ถ้าต้องการใช้บริการเหล่านี้ก็ติดต่อเราได้ค่ะ

乙：好的。我们这儿还提供互联网、打印、复印等服务，您有需要的话请联系我们。

ก：ขอบคุณมากครับ

甲：非常感谢！

ข：ยินดีให้บริการค่ะ

乙：非常荣幸！

บทสนทนาที่ ๔ การเจรจาการร่วมมือในงานนิทรรศการ

会话4　　展销会上洽谈合作事宜

（ในงานนิทรรศการเครื่องประดับ ผู้อำนวยการโรงงานแปรรูปอัญมณีแห่งหนึ่งจากเมืองอู๋โจว มณฑลกว่างซี เจรจาความร่วมมือกับพ่อค้าไทย ）

（在泰国珠宝展上，来自广西梧州的某宝石加工厂厂长与泰国商人谈合作事宜。）

ก：สวัสดีค่ะ

甲：您好！

ข：สวัสดีครับ อัญมณีที่โชว์อยู่นี้ เป็นผลงานของโรงงานคุณหรือเปล่าครับ

乙：您好！这儿展示的宝石，是贵公司的产品吗？

ก：ใช่ค่ะ สนใจไหมคะ

甲：是的，您有兴趣吗？

ข：ผมกำลังจะหาโรงงานที่จะร่วมมือกัน คุณมาจากไหนครับ

乙：我想找宝石加工厂合作，你们是从哪儿来参展的？

ก：มาจากเมืองอู๋โจว มณฑลกว่างซี ประเทศจีนค่ะ เมืองอู๋โจวเป็นศูนย์
รวมการแปรรูปอัญมณีสังเคราะห์ของประเทศจีนรวมทั้งเอเชียตะวันออก
เฉียงใต้ค่ะ ได้รับการขนานนามว่าเป็น "เมืองแห่งอัญมณีสังเคราะห์ของโลก"
เป็นศูนย์การแปรรูปและเจียระไน ศูนย์การซื้อขาย ศูนย์การวิจัยและฐาน
การผลิตบุคลากรด้านอุตสาหกรรมอัญมณีสังเคราะห์ของโลก

甲：我们是中国广西梧州市的，广西梧州是中国乃至东南亚的人造
宝石加工集散地，素有"世界人工宝石之都"的美誉，是世界
人工宝石产业的研磨加工中心、交易集贸中心、科技研发中心
和人才培养基地。

ข：ครับ ผมเคยได้ยินชื่อเมืองนี้ครับ

乙：哦，我听说过。

ก：คุณสนใจจะร่วมมือในด้านไหนคะ OEM หรือว่า ODM？

甲：您是想在哪方面进行合作呢？贴牌加工还是来料加工？

ข：บริษัทฯ เราจำหน่ายอัญมณี มีแบรนด์ของเราเอง เราจึงอยากจะคุย
OEM มากกว่า

乙：我们公司是做宝石销售的，有我们自己的牌子，所以想谈谈贴
牌加工。

ก：ได้ค่ะ สินค้าที่เราโชว์อยู่นี้เป็นผลงานของนักออกแบบของโรงงานเรา
เอง และยังมีรูปภาพอีกจำนวนหนึ่ง นักออกแบบของเราเคยได้รับรางวัล
ในการประกวดเครื่องประดับ ดังนั้นไม่ต้องเป็นห่วงเรื่องการออกแบบ
รับรองว่าออกแบบได้ตรงความต้องการของลูกค้า

甲：好啊。我们这儿的展品都是我们厂的设计师的作品，这里还有
很多图片。我们的设计师曾在首饰设计大赛中获奖，所以在产
品款式设计上您不用担心，保证能根据客户的需要设计。

ข：ครับ แบบดูประณีตและค่อนข้างทันสมัย ไม่ทราบว่าที่โรงงานใช้ช่าง
เจียระไนหรือใช้เครื่องครับ ปริมาณการผลิตเป็นไงครับ

乙：嗯，样式挺别致新颖的。贵厂用的是人工打磨还是机器打磨？

产量如何？

ก：ตอนนี้ที่เมืองอู๋โจว โรงงานที่มีช่างเจียระไนเหลือเพียงร้อยละ ๑๐ กำลังถูกแทนที่ด้วยเครื่องจักร ส่วนโรงงานเราใช้เครื่องเป็นหลัก แต่ก่อนเจียระไนพลอยเม็ดหนึ่งขนาด ๓ × ๖ มิลลิเมตร ต้องใช้เวลาหนึ่งนาทีกว่า ตอนนี้ใช้เครื่อง ใช้เวลาแค่ ๔๐ วินาที แต่ก่อนเจียระไนพลอย ๑๐ มิลลิเมตร วันหนึ่งได้แค่ ๗๐-๘๐ เม็ด แต่นี้เจียระไนได้ถึง ๘๐๐ เม็ด เจียระไนด้วยเครื่องจะประณีตแม่นยำและสุกใสมากกว่า แต่ถ้าต้องการผลิตภัณฑ์ที่ใช้ช่างเจียระไน เราก็มีช่างฝีมือยอดเยี่ยมอยู่จำนวนหนึ่ง

甲：现在梧州有手工打磨工人的企业只剩10%了，正逐渐被机器取代。我们主要是机器打磨，过去打磨一颗3×6毫米的宝石需要1分多钟，现在用机器打磨不到40秒，以前加工打磨10毫米的宝石一天才能做70—80颗，现在一天能做800颗，而且机器打磨更精准，更透亮。当然，如果您需要人工打磨的产品，我们厂也有一批手艺精湛的工人。

ข：ผลิตภัณฑ์ของคุณส่งเข้าประเทศไทยเยอะไหมครับ

乙：贵厂的产品销往泰国的多吗？

ก：หลายปีที่ผ่านมา ส่งเข้าประเทศไทยบ้าง แต่ไม่มาก ส่วนใหญ่เป็นพ่อค้าจากยุโรป อเมริกา และประเทศกลุ่มอาเซียนที่สั่งซื้อจากเราเป็นจำนวนมาก

甲：这几年销往泰国的也有，但是不多，主要是大量欧美、东盟国家的客商跟我们订货。

ข：แบบ OEM หรือครับ

乙：也是贴牌加工吗？

ก：เปล่าค่ะ ตอนนี้ยังไม่มีทำ OEM ให้บริษัทไทยค่ะ

甲：不是。目前还没有跟泰国的公司做贴牌加工。

ข：ดีครับ ผมหวังว่าเราจะได้ร่วมมือกันทางด้านนี้ ถ้าอยากจะไปชมโรงงานของคุณ จะสะดวกไหมครับ

乙：好，我希望我们可以在这方面合作。如果我们希望到贵厂去参
　　观，可以吗?

ก : ยินดีต้อนรับค่ะ นี่นามบัตรของดิฉัน มีเว็บไซต์ของโรงงานเรา
　　ท่านเข้าไปดูรายละเอียดได้เลย ติดต่อกับเราทางโทรศัพท์หรืออีเมลก็ได้
　　ค่ะ เรายินดีต้อนรับเสมอ

甲：非常欢迎。这是我的名片，有我们厂的网址，您可以了解我们
　　厂的详细情况。您可以通过电话或邮件跟我联系，我们随时欢
　　迎您。

ข : ขอบคุณครับ

乙：谢谢!

🎧 คำศัพท์　词汇表

นิทรรศการ	博览会	งานแสดงสินค้า	商品展销会
วัตถุประสงค์	宗旨	ฟอรัม（forum）	论坛
ติดตาม	跟踪，关注	ข่าวสาร	消息
ผู้ประกอบการ	经营者，从业者		
อิมแพ็คเมืองทองธานี	蒙通他尼会展中心		
ประชาสัมพันธ์	宣传，公关	แถลงข่าว	发布新闻，发布信息
รัฐมนตรี	部长	กระทรวงพาณิชย์	商务部
งานเลี้ยงรับรอง	招待宴会	คูหา	展位
ส่งเสริม	促进	บู้ธ	展位
ปลั๊กไฟ	插座	ยืนยัน	确认
ปริ๊นท์（print）	打印	ถ่ายเอกสาร	复印文件
ประเมินผล	评估，评价	การเกษตร	农业
โซน（zone）	展区	อัญมณี	珠宝
แบรนด์（brand）	品牌，商标	ประณีต	精致

ทันสมัย　时尚
การบรรจุหีบห่อ　包装
อุตสาหกรรมเบา　轻工业
มนต์เสน่ห์　魅力
ใบทะเบียน　许可证，注册单
เครื่องประดับ　饰品
อัญมณีสังเคราะห์　人造宝石，人工珠宝
เจียระไน　打磨，研磨
องค์กร　组织，机构
ล้ำยุค　先进
สาธิต　展示，示范
ฮอตไลน์（hotline）　热线
แปรรูป　加工
ขนานนาม　命名，称呼
OEM（ORIGINAL EQUIPMENT MANUFACTURER）　贴牌加工
ODM（ORIGINAL DESIGN MANUFACTURER）　来料加工

ข้อสังเกต　注释

1. บ้าง 是个多义词，可以做副词和代词，表示列举。做代词时往往位于句首，表示“有的部分，一些”。例如：

เด็ก ๆ ในห้อง บ้างก็กิน บ้างก็เล่น

屋里的孩子们，有的在吃，有的在玩儿。

做副词时，可修饰动词、副词、名词等，可表示“有点儿，一点儿，也　　些”。例如：

ชีวิตที่วุ่นวายก็มีมุมที่สวยงามอยู่บ้าง　烦乱的生活也有美好的一面。

เธอไม่รักฉันบ้างเลยหรือ　你一点儿都不爱我吗？

也可以表示“也……一下”。例如：

เห็นเขาทำก็ทำบ้าง　见别人做也做一下。

还可以表示“有的是……”。例如：

เรื่องที่เขาเล่าจริงบ้าง เท็จบ้าง　他说的事情，有真有假。

นอกจากการแสดงของสัตว์แล้ว คนในคณะก็เข้าร่วมการแสดงด้วย เป็นนักกายกรรมบ้าง นักดนตรีบ้าง ตัวตลกบ้าง

除动物表演外，团里的人也参与了演出，有杂技演员，有演奏

家，有小丑。

2. ระหว่าง 可做名词，表示"间，之间，（期）间，（途）中"。例如：

ระหว่างภูเขา ๒ ลูก　两座山之间

ระหว่างประชุมฝนตกหนัก　会议期间下大雨。

也可做介词，表明两个或以上的人、物之间的关系。例如：

การแข่งขันฟุตบอลระหว่างมหาวิทยาลัยกว่างซีกับมหาวิทยาลัยชนชาติกว่างซี

广西大学和广西民族大学间的足球赛。

เพิ่มพูนความเข้าใจและกระชับมิตรภาพระหว่างประชาชนจีนกับประชาชนโลก

要增进中国人民与世界人民间的理解和友谊。

3. ภายใน 名词，表示"里，内，内部"，既可以表示空间概念，也可以表示时间概念。例如：

กรมการค้าภายใน　国内贸易厅

ภายในห้องประชุม　会议室里

ภายในหนึ่งวัน　一天之内

4. ส่วน 做名词时表示"部分"。例如：

เงินส่วนนี้เอาไว้ทำบุญ　这部分钱用于做善事。

做连词时，表示"而，至于"，当表述完一种情况，需要表述余下的另一部分的情况，即转换话题时，可用 ส่วน 连接。例如：

พ่อฉันเป็นข้าราชการ ส่วนแม่ฉันเป็นพยาบาล

我父亲是公务员，而我母亲是护士。

พอสอบเสร็จเพื่อน ๆ ก็ไปเที่ยวภูเก็ต ส่วนฉันไปเที่ยวเชียงใหม่

一考完试，同学们就去普吉旅游，而我去了清迈。

คำศัพท์เพิ่มเติม 补充词汇

โปสเตอร์ (poster) 画报   แคตตาล็อก (catalog) 目录，清单

สินค้าขายดี 畅销品   สินค้าร่วมแสดง 参展商品

ตัวอย่างสินค้า 样品   ซุ้ม 展位

เวที 平台   ผลงาน 成果

เสนอขาย 推销，销售   ทดลองใช้ 试用

ศิลปหัตถกรรม 手工艺品   เครื่องไม้ 木器

เอกลักษณ์ 特色   ทันเวลา 及时

ดึงดูด 吸引   ตรวจสอบ 检验，审核

ผู้เชี่ยวชาญ 专家   อาสาสมัคร 志愿者

ยอดการลงทุน 投资额   ศูนย์ประชุม 会议中心

ห้องผู้สื่อข่าว 媒体工作间   แขกรับเชิญ 应邀嘉宾

แจกฟรี 免费发放

รูปประโยคเพิ่มเติม 句型拓展

ผมว่า...   我认为

ช่วย...หน่อย   请帮……一下

...ขึ้นไป   ……以上

ขณะ...   在……时

แบบฝึกหัด 练习

一、根据中文意思完成填空。

1. หมอรู้สึกเป็นห่วงสุขภาพของคุณลุงมาก หมอ_____ให้
เลิกบุหรี่ให้เร็วที่สุดนะครับ

我非常担心伯伯您的身体状况，我建议您尽快戒烟。

2. ท่านต้องยืนยัน＿＿＿＿＿＿ ๓ วัน ไม่งั้นจะถือว่าสละสิทธิ์

您要在3天之内确认，否则将被视为弃权。

3. มีบางประเทศเท่านั้นที่อนุญาตให้นักศึกษาต่างชาติทำงาน＿＿＿＿＿＿ เรียนได้

只有一些国家允许外国留学生在学习期间打工。

4. หอสมุดไม่อาจ＿＿＿＿＿＿หนังสือในโลกอินเทอร์เน็ตได้

图书馆不可能被网络图书所代替。

5. ตลอดระยะเวลา＿＿＿＿＿＿เศรษฐกิจจีนเติบโตขึ้นอย่างไม่หยุดยั้ง

近年来，中国经济持续增长。

二、用泰语表达下列句子。

1. 在本届博览会上，东盟国家的展位达到1,000个，占总展位数的三分之一。

2. 除了网上报名，还有别的渠道可以报名参加南博会吗？

3. 我想申请五张参加展览会的邀请函。

4. 我们除了可以帮您订展位，还可以帮您预订前往泰国参展的往返机票。

5. 我对水果加工设备感兴趣，想看看相关演示，不知道哪家展区有这类产品？

6. 泰国展区在二楼三号展厅，您上电梯后再往前走30米，右手边就是。

7. 可以给我一份附有价格的产品目录吗？

8. 很多工厂使用机器雕刻，产量很高，但是我们还是坚持手工雕刻，所以花样图案都不重样儿的。

9. 如果您感兴趣，请到我们工厂参观，更好地了解我们的产品。

10. 我们期待您的答复，希望我们的合作成功。

三、用泰语模拟下列情景进行对话。

1. 在博览会上，中国进口商与泰国某大米公司洽谈业务。

2. 在泰国旅游展上，张家界某旅行社向泰国游客介绍张家界旅游套餐。

3. 在广交会上，泰国某公司与中国公司洽谈代理权事宜。

4. 展会结束后，工作人员请参展商填写评估表。

ความรู้ที่เกี่ยวข้อง **常识**

OEM（ORIGINAL EQUIPMENT MANUFACTURER）意为"原始设备制造商"，是指一个公司根据自己的规格设计和生产一个产品，然后将其出售给另一家公司来冠注商标和分销。在计算机制造行业，OEM通常被用作动词。当人们说，一家公司OEM其他公司的产品，是指该公司从另一公司（OEM公司）处购买完整的并且已设计好的成品（原始设备）。在大多数时候，购买方要求出售方只改变产品的品名和颜色，而对产品的其他方面不做修改。只有产品品名和型号是不同的。

ODM（ORIGINAL DESIGN MANUFACTURER）意为"原始设计制造商"，是指一家公司根据另一家公司的规格来设计和生产一个产品。例如，计算机公司如HP公司可能会就其想推向市场的一款笔记本电脑做出具体规格。它们会列明产品的外观要求，如屏幕的尺寸和技术要求、输入／输出端口、键盘的前倾度、电脑包的外形和颜色、扬声器的位置等。它们还通常会列明对产品的主要内部细节如CPU或视频控制器的规格要求。但是，它们并不设计图样，不列明电源用的交换晶体管的型号，也不对背光变流器频率加以选择。这些都是ODM的工作。ODM根据计算机公司提出的规格要求来设计和生产笔记本电脑。有时候，ODM也可根据现有样品来生产。ODM方式往往更加注重合作，而在OEM的情形下，购买方对产品的具体规格基本不参与意见。

บทที่ ๒๘ การเงินและการประกัน
第二十八课 金融与保险

รูปประโยคพื้นฐาน 基本句型

ขอความกรุณา...	烦请……
ขณะ...	……的时候
ขออนุญาตจาก...	向……申请
...ค่อยว่ากัน	……再说
ยินดีที่จะ...	愿意……，乐意…… ○

ประโยคทั่วไป 常用句子

ไม่ทราบว่าชาวต่างชาติขอเปิดบัญชีได้ไหมครับ

不知道外国人可以开户吗？

เปิดบัญชีออมทรัพย์ต้องใช้อะไรบ้างคะ 开储蓄账户需要什么材料？

ผมอยากจะแลกเงินดอลลาร์เป็นเงินหยวนครับ ไม่ทราบว่าอัตรา
แลกเปลี่ยนวันนี้อยู่ที่เท่าไรครับ

我想用美元换人民币，请问今天的汇率是多少？

ลูกค้าจะเปิดบัญชีเงินฝากประจำหรือบัญชีเงินฝากออมทรัพย์คะ

您要开定期储蓄账户还是活期储蓄账户？

ลูกค้าต้องการใช้บริการข้อความเตือนทางโทรศัพท์มือถือไหมคะ ถ้าหาก
ยอดเงินในบัญชีมีการเปลี่ยนแปลงอย่างไร ลูกค้าจะได้รับข้อความค่ะ

您需要开通手机短信提醒业务吗？ 只要您的账户有变动，您立即就
会收到短信提醒。

ท่านต้องการแบงค์ใหญ่หรือแบงค์ย่อยคะ

您想要大面值的还是小面值的？

นอกจากประกันภัยรถยนต์ที่บังคับซื้อแล้ว ท่านได้ซื้อประกันเชิงพาณิชย์
ประเภทอื่นด้วยหรือเปล่าครับ

除了交强险，您还购买了其他商业保险吗？

ให้ส่งกรมธรรม์ไปที่ไหนคะ   把保险单寄到哪儿呢？

ผมต้องใช้เอกสารอะไรบ้างในการเรียกร้องค่าสินไหมทดแทน

我索赔时需要哪些文件？

ไม่ทราบว่าผู้ป่วยนอกเบิกได้เท่าไรคะ   门诊报销额度是多少？

หุ้นตัวนี้ราคาเท่าไรครับ   这只股票价格多少？

ฉันต้องเสียภาษีเท่าไร   我要付多少税？

ผมขอทำบัตรเครดิตครับ   我要申请信用卡。

ช่วยอัพเดตสมุดเงินฝากด้วยครับ   请更新我的存折。

ผมขอสเตทเม้นท์ของเดือนที่แล้วด้วยครับ

我需要上个月的对账单。

ตู้เอทีเอ็มใช้ไม่ได้   自动提款机不能用。

ขอโทษครับ บัตรเครดิตของผมใช้ไม่ได้ครับ

对不起，我的信用卡无法使用。

ผมขอขึ้นเช็คใบนี้ครับ   我想把这张支票兑现。

ผมอยากซื้อเช็คเดินทางครับ   我想买旅行支票。

กรุณากรอกแบบฟอร์มเปิดบัญชีนะคะ   请填写开户申请表。

ค่าธรรมเนียมแรกเข้า ๑๐๐ บาท ค่าธรรมเนียมรายปี ๒๐๐ บาท รวมเป็น
๓๐๐ บาท เปิดบัญชีขั้นต่ำ ๕๐๐ บาท

开户手续费是100铢，年费是200铢，总共300铢，预存款最低金额是
500铢。

ค่าบริการบัตรเอทีเอ็มปีละ ๒๐๐ บาทค่ะ จะหักจากบัญชีเลยค่ะ

银行卡年费是每年200泰铢，直接从账户上扣。

บริการนี้มีค่าใช้จ่ายเดือนละ ๒๐ บาทค่ะ

这是收费项目，每个月20铢。

ลูกค้าเปลี่ยนรหัสได้ที่ตู้เอทีเอ็มหน้าธนาคารนะคะ

您可以在银行前的自动提款机上更改密码。

ตามอัตราของวันนี้ ๑๐๐ ดอลลาร์แลกได้ ๖๑๐ หยวนจีนค่ะ

根据今天的汇率，100美元可以兑换610元人民币。

โอนเงินจากบัญชีออมทรัพย์ไปเข้าบัญชีฝากประจำ จะได้ดอกเบี้ยมากขึ้น

把活期存款转为定期存款，可以得更高的利息。

ขออภัยค่ะ กรุณารอสักครู่ เรากำลังเอาธนบัตรใส่ตู้ค่ะ

对不起，请等一下。我们正在补钞票进去。

นั่นก็เพราะว่าคุณใช้เกินวงเงินแล้วค่ะ　　　那是因为你超出限额了！

ขอความกรุณาท่านประเมินการบริการของเราด้วยค่ะ ขอบคุณค่ะ

请您对我们的服务进行评价，谢谢！

สวัสดีครับ ผมหลี่เซิง เป็นตัวแทนจากบริษัทประกันภัย

您好！我是保险公司的理赔员李生。

สามารถติดต่อซื้อประกันภัยจากบริษัทประกันได้

可以联系保险公司购买保险。

ในกรณีที่เกิดความเสียหาย เราจะจ่ายค่าชดเชยให้ตามวงเงินประกัน

如有受损，我们会按照投保金额赔付。

ถ้าเป็นประกันกลุ่มละก็ ต้องมีจำนวน ๑๐ คนขึ้นไป

如果是办理集体保险，要有10人以上。

นี่เป็นประกันสุขภาพที่เบี้ยประกันต่ำ แต่คุ้มครองสูง ทุกคนที่มีอายุน้อยกว่า ๖๐ ปีก็ซื้อได้ ไม่ต้องตรวจสุขภาพ

这是一种保费低、保障高的医疗险，60岁以下的人都可以投保，不需要体检。

ให้ผู้เอาประกันสำรองจ่ายไปก่อน แล้วค่อยเรียกค่าสินไหมจากบริษัทโดยขอให้มีใบรับรองแพทย์และใบเสร็จ

受保人可以先垫付费用，过后再凭医生证明和收费发票跟保险公司办理赔付。

ผู้ป่วยนอกเบิกได้ครั้งล่ะ ๑,๕๐๐ บาท ปีหนึ่ง ไม่เกิน ๓๐ ครั้ง

每一次门诊可直接报销1,500铢，一年不超过30次。

ถ้าบริษัทท่านซื้อประกันสุขภาพนี้ ดิฉันจะลองขออนุญาตบริษัทให้แถม
ประกันอุบัติเหตุ ๑ ล้านบาทให้ทุกคน

如果你们公司购买这个医疗保险，我向公司申请赠送你们每人一份

赔付额度100万铢的意外险。

บริษัทเราต้องการทำประกันสุขภาพให้พนักงาน

我们公司需要为员工购买医疗保险。

ผมว่าบริษัทประกันคิดค่าเบี้ยประกันไม่เป็นธรรม

我觉得保险公司收取保险金不公平。

ช่วงนี้หุ้นตก นักลงทุนต้องดูให้ดีนะคะ

这段时间股价下跌，投资者要看好了。

คนที่มีรายได้จากการจ้างงานต้องเสียภาษีเงินได้บุคคลธรรมดา

雇佣所得收入，需要交纳个人所得税。

🎧 **การสนทนา　情景对话**

บทสนทนาที่ ๑　การเปิดบัญชี
会话1　　　　银行开户

（ นักศึกษาจีนขอเปิดบัญชีออมทรัพย์ที่ธนาคารไทย ）
（中国留学生到泰国银行开储蓄账户。）
ก：สวัสดีค่ะ ไม่ทราบว่าจะทำธุรกรรมอะไรคะ
甲：您好！请问办理什么业务？
ข：สวัสดีครับ ไม่ทราบว่าชาวต่างชาติขอเปิดบัญชีได้ไหมครับ
乙：您好！不知道外国人可以开户吗？

ก：ได้ค่ะ ต้องใช้หนังสือเดินทางและใบอนุญาตทำงานประกอบค่ะ

甲：可以的，请出示您的护照和工作许可证。

ข：ผมเป็นนักศึกษา ไม่มีใบอนุญาตทำงานครับ

乙：我是学生，没有工作许可证。

ก：ถ้ากำลังศึกษาอยู่ ก็ขอให้สถานศึกษาออกใบรับรองให้ค่ะ

甲：在校学生的话，请学校给您开一个证明。

ข：ฉบับนี้ใช้ได้ไหมครับ

乙：这个证明可以吗？

ก：ใช้ได้ค่ะ ลูกค้าจะเปิดบัญชีเงินฝากประจำหรือบัญชีเงินฝากออมทรัพย์คะ

甲：可以的。您要开定期储蓄账户还是活期储蓄账户？

ข：บัญชีออมทรัพย์ครับ ขอทำบัตรเดบิตและสมุดบัญชีด้วยครับ

乙：活期储蓄，同时办理借记卡和存折。

ก：ได้ค่ะ กรุณากรอกข้อมูลส่วนตัวและเซ็นชื่อด้วยค่ะ จะขอถ่ายสำเนา
หนังสือเดินทางของลูกค้าด้วยนะคะ

甲：好的，请填写您的个人信息并签名，我还需要复印您的护照。

ข：ได้ครับ

乙：好的。

ก：ค่าธรรมเนียมแรกเข้า 100 บาท ค่าธรรมเนียมรายปี ๒๐๐ บาท รวมเป็น
๓๐๐ บาท เปิดบัญชีขั้นต่ำ ๕๐๐ บาท ไม่ทราบว่าลูกค้าจะฝากเท่าไรคะ

甲：开户手续费是100铢，年费是200铢，总共300铢，预存款最低金
额是500铢，您要预存多少？

ข：ผมจะฝาก ๕ หมื่นบาทครับ

乙：我要存5万铢。

ก：ที่นี่มีลายบัตรเดบิตให้เลือกค่ะ ลูกค้าเลือกลายได้นะคะ หรือว่าเราจะ
ถ่ายรูปลูกค้าและพิมพ์รูปลงบัตรก็ได้นะคะ

甲：这里是可供选择的借记卡图案，请您选择。我们也可以帮您照
相，把您的照片印到卡上。

ก：ไม่เป็นไรครับ ผมเลือกลายนี้ครับ

乙：不用了，我就选这个图案吧。

ข：ได้ค่ะ ต้องการใช้บริการข้อความเตือนทางโทรศัพท์มือถือด้วยไหมคะ ถ้าหากยอดเงินในบัญชีมีการเปลี่ยนแปลง ลูกค้าจะได้รับข้อความค่ะ

甲：好的。您需要开通手机短信提醒业务吗？只要您的账户有变动，您立即就会收到短信提醒。

ข：ดีครับ บริการนี้ต้องเสียค่าใช้จ่ายไหมครับ

乙：好的，这项服务收费吗？

ก：บริการนี้มีค่าใช้จ่ายเดือนละ ๒๐ บาทค่ะ

甲：这是收费项目，每个月20铢。

ข：ได้ครับ ช่วยเปิดบริการนี้ด้วยครับ

乙：好的，请您帮我开通吧。

ก：ค่ะ เปิดบริการให้แล้วนะคะ นี่เป็นสมุดบัญชี บัตรเดบิตและซองรหัสผ่านค่ะ

甲：好的，我已经为您开通了，这是您的存折和借记卡及密码封。

ข：ผมจะตั้งรหัสของผมเองได้อย่างไรครับ

乙：我要怎样设定自己的密码?

ก：ในซองจะมีรหัสผ่านที่ระบบกำหนดไว้ เปลี่ยนรหัสที่ตู้เอทีเอ็มหน้าธนาคารได้เลยค่ะ ตู้เอทีเอ็มของเรามีภาษาไทย ภาษาอังกฤษและภาษาจีน ๓ ภาษาค่ะ ถ้าลูกค้าใช้ไม่เป็น เราจะมีพนักงานคอยช่วยค่ะ

甲：这信封内是系统生成的密码，可以在银行前的自动提款机上更改密码。我们的自动提款机有泰英中三种文字，如果您不会操作，我们有工作人员帮您。

ข：ไม่เป็นไรครับ ขอบคุณครับ ผมทำเป็นครับ

乙：不用了，谢谢，我会操作。

ก：ขอบคุณค่ะ ขอบคุณที่ใช้บริการธนาคารเรา สวัสดีค่ะ

甲：好的，谢谢您使用我们银行的服务，再见！

บทสนทนาที่ ๒　การถอนเงินและการแลกเงิน
会话2　　　　取钱与换钱

（ ชาวต่างชาติไปถอนเงินและแลกเงินตราต่างประเทศที่ธนาคาร ）

（外国人到银行取钱、换钱。）

ก：สวัสดีค่ะ ไม่ทราบว่าติดต่อธุระอะไรคะ

甲：您好！请问您办理什么业务？

ข：ผมจะเบิกเงินครับ

乙：我要领钱。

ก：กรุณากรอกใบถอนเงิน ระบุจำนวนเงินให้ถูกต้องนะคะ

甲：请填写取款单，写上确切的数目。

ข：กรอกเสร็จแล้วครับ นี่เป็นใบถอนและสมุดเงินฝากครับ

乙：好了，这是取款单和存折。

ก：ขอพาสปอร์ตด้วยค่ะ

甲：请出示您的护照。

ข：ครับ นี่ครับ

乙：哦，给你。

ก：ต้องการแบงค์ใหญ่หรือแบงค์ย่อยคะ

甲：您想要大额的还是小面值的？

ข：ขอเป็นแบงค์ร้อย ๔ ใบ แบงค์สิบ ๑๐ ใบ ได้ไหมครับ

乙：4张一百的，10张十块的，可以吗？

ก：รอสักครู่ค่ะ นี่ค่ะเงินสด

甲：请稍等。现金给您。

ข：ผมอยากจะแลกเงินดอลลาร์เป็นเงินหยวนด้วยครับ ไม่ทราบว่าอัตรา
แลกเปลี่ยนวันนี้อยู่ที่เท่าไรครับ

乙：另外我想用美元换一些人民币，请问今天的汇率是多少？

ก：ตามอัตราของวันนี้๑๐๐ ดอลลาร์แลกได้๖๑๐ หยวนจีนค่ะ ต้องการแลกเท่าไรคะ

甲：根据今天的汇率，100美元可以兑换610元人民币。您要换多少？

ข：ขอแลก ๔๐๐ ดอลลาร์ครับ

乙：我要换400美元。

ก：ช่วยกรอกใบคำขอแลกเงินด้วยค่ะ

甲：请填写这张兑付单。

ข：เสร็จแล้วครับ นี่ครับ

乙：已填好了，给你。

ก：ค่ะ กรุณารอสักครู่ค่ะ อัตราคือ ๑๐๐ ดอลลาร์แลกได้ ๖๑๐ หยวน ๔๐๐ ดอลลาร์แลกได้ ๒,๔๔๐ หยวน นี่เป็นสลิปและเงิน ขอให้เช็คดูก่อนนะคะ

甲：好,请稍等一会儿。兑换率100美元兑换610元人民币，400美元共兑换得2,440元人民币，这是水单和人民币，请核对。

ข：ครับ ถูกต้องแล้วครับ

乙：好的,没错。

ก：ทำอย่างอื่นอีกไหมคะ

甲：您还办理别的业务吗？

ข：ไม่แล้วครับ ขอบคุณครับ

乙：没有了，谢谢！

ก：กรุณาประเมินบริการของเราด้วยค่ะ ขอบคุณค่ะ

甲：请您对我们的服务进行评价，谢谢！

บทสนทนาที่ ๓   การซื้อประกันสุขภาพ
会话3   购买医疗保险

（คุณเฉินสอบถาม เรื่องประกันสุขภาพกับคุณศิริ ตัวแทนบริษัทประกันภัย）
（陈女士向保险公司代理斯丽女士咨询购买医疗保险事宜。）

ก：บริษัทเราต้องการทำประกันสุขภาพให้พนักงาน ขอสอบถามรายละเอียด

หน่อยนะคะ

甲：我们公司需要为员工购买医疗保险，我想向您咨询一下。

ข：ได้ค่ะ ยินดีค่ะ

乙：可以的，非常欢迎。

ก：ประกันสุขภาพแบบไหนได้รับความนิยมมากที่สุดคะ

甲：哪一种医疗保险最受欢迎？

ข：ถ้าเป็นประกันกลุ่มล่ะก็ ต้องมีจำนวน ๑๐ คนขึ้นไป มีพนักงานมากกว่า ๑๐ คนไหมคะ

乙：如果是办理集体保险，要有10人以上，贵公司员工超过10人吗？

ก：๑๑ คนค่ะ

甲：11人。

ข：ขอเสนอประเภทประหยัดที่สุดนะคะ อัตราเบี้ยประกันอยู่ที่ ๔,๓๐๐ บาทต่อปี บริษัทส่วนใหญ่เลือกประเภทนี้ค่ะ

乙：那我推荐最实惠的险种，年保费4,300铢，大部分公司都选择这种。

ก：ช่วยบอกรายละเอียดหน่อยได้ไหมคะ

甲：您给我介绍一下详细情况吧。

ข：ได้ค่ะ นี่เป็นประกันสุขภาพที่เบี้ยประกันต่ำ แต่คุ้มครองสูง ผู้ที่มีอายุน้อยกว่า ๖๐ ปี ไม่ต้องตรวจสุขภาพ ความคุ้มครองหนึ่งปี ใช้ได้ในโรงพยาบาลเอกชนและโรงพยาบาลของรัฐส่วนใหญ่ โรงพยาบาลต่างจังหวัดก็ใช้ได้ค่ะ เพียงแสดงบัตรประกันตอนลงทะเบียนก็ลดค่าใช้จ่ายให้โดยไม่ต้องเรียกค่าสินไหมผ่านบริษัทประกัน

乙：行。这是一种保费低、保障高的医疗险，60岁以下的人不需要体检，保期一年，在大部分的公立、私立医院都可以直接用，在外府的医院也都可以用，只要在看病挂号时出示保险卡，就可直接减免费用，不用通过保险公司办理赔付。

ก：ถ้าผู้เอาประกันไม่ได้ติดบัตรประกันไปโรงพยาบาล หรือไปหาหมอที่โรงพยาบาลที่ไม่อาจใช้ประกันได้ จะเรียกค่าสินไหมยังไงคะ

甲：如果投保人没有带保险卡去医院，或者到不能直接赔付的医院就医，怎么理赔呢？

ข：ก่อนอื่น ผู้เอาประกันสามารถโทรหาดิฉันได้ ดิฉันจะติดต่อโรงพยาบาลเรื่องเรียกค่าสินไหมเอง หรือไม่ก็ให้ผู้เอาประกันสำรองจ่ายไปก่อนแล้วค่อยเรียกค่าสินไหมจากบริษัทฯ โดยขอให้มีใบรับรองแพทย์และใบเสร็จ ส่งเอกสารเหล่านี้มาให้ดิฉัน ดิฉันจะเดินเรื่องให้เอง

乙：首先，投保人可以给我打电话，我会跟医院联系赔付事宜。要不投保人可以先垫付费用，过后再凭医生证明和收费发票跟保险公司办理赔付，把材料给我，我帮办理就行。

ก：ฟังดูก็ไม่ซับซ้อนมาก สะดวกดี ไม่ทราบว่าผู้ป่วยนอกเบิกได้เท่าไรคะ

甲：听起来手续还不是很复杂，挺方便的。门诊报销额度是多少？

ข：ผู้ป่วยนอกเบิกได้ครั้งละ ๑,๕๐๐ บาท ปีหนึ่งไม่เกิน ๓๐ ครั้ง

乙：每一次门诊可直接报销1,500铢，一年不超过30次。

ก：ถ้านอนโรงพยาบาลล่ะค่ะ

甲：住院的情况呢？

ข：ถ้าเป็นผู้ป่วยใน เบิกค่าห้องและค่าอาหารได้วันละ ๑,๐๐๐ บาท และค่าใช้จ่ายทั่วไปอีก ๑๐,๐๐๐ บาท ถ้าต้องผ่าตัด เบิกค่าผ่าตัดได้อีก ๑๕,๐๐๐ ค่ะ

乙：如果住院，每天可报销1,000铢床位费和伙食费，另外还有1万铢的基本费用。如果动手术，还有15,000铢的手术费。

ก：ใช้ได้ทุกแผนกหรือเปล่าคะ

甲：任何科室都可以吗？

ข：ยกเว้นแผนกทันตกรรมและศัลยกรรมตกแต่งค่ะ

乙：牙科和美容项目除外。

ก：ถ้าซื้อคนหลายคน อัตราเบี้ยประกันลดให้อีกไหมคะ

甲：如果多人办理，保费还可以再优惠吗？

ข: เรื่องราคาลดให้อีกไม่ได้แล้ว อย่างนี้ดีไหมคะ ถ้าบริษัทคุณซื้อประกันสุขภาพ
ดิฉันจะลองขออนุญาตบริษัทฯ ให้แถมประกันอุบัติเหตุ๑ ล้านบาทให้ทุกคน
ประกันอุบัติเหตุนี้ปกติอัตราเบี้ยประกันอยู่ที่ ๓,๓๐๐ บาท

乙：价格我们没有办法优惠了，这样好吗，如果你们公司购买这个
医疗保险，我向公司申请赠送你们每人一份赔付额度100万铢的
意外险。这个意外险平时我们的保费是3,300铢。

ก: ดีค่ะ ดิฉันขอรายงานผู้ใหญ่ก่อน ถ้าผู้ใหญ่เห็นชอบ ดิฉันจะส่งข้อมูล
พนักงานให้คุณทันที

甲：好啊。我先请示领导，如果领导同意，我马上把员工的信息给
您。

ข: ได้ค่ะ

乙：好的。

บทสนทนาที่ ๔ การเรียกค่าสินไหมทดแทน
会话4　　　保险理赔

（ หลี่เซิง เป็นตัวแทนจากบริษัทประกันภัย มาดำเนินการเรื่องชดเชยความ
เสียหายให้ลูกค้า ）

（保险公司的理赔员李生为投保人理赔。）

ก: สวัสดีครับ ผมหลี่เซิง เป็นตัวแทนจากบริษัทประกันภัย

甲：您好！我是保险公司的理赔员李生。

ข: สวัสดีครับ เมื่อกี้ผมโทรแจ้งบริษัทฯ เองครับ รถผมชนกับรถคันนี้
ไม่มีคนบาดเจ็บ

乙：您好！刚才是我打电话通知保险公司的。我的车与这辆车发生
碰撞，没有人受伤。

ก: นอกจากประกันภัยรถยนต์ที่บังคับซื้อแล้ว ท่านได้ซื้อประกันเชิง
พาณิชย์ประเภทอื่นด้วยหรือเปล่าครับ

甲：除了交强险，您还购买了其他商业保险吗？

ข：ไม่มีครับ

乙：没有。

ก：แจ้งตำรวจหรือยังครับ

甲：已经报警了吗？

ข：แจ้งแล้วครับ ตำรวจกำลังมาครับ

乙：已经报了，交警应该正在赶来。

ก：งั้นผมจะถ่ายรูปเก็บไว้เป็นหลักฐานก่อน เดี๋ยวให้ตำรวจมาดูก่อนแล้ว
ค่อยว่ากันอีกที

甲：那我先拍照收集证据，等交警过来看后再说。

ข：ครับ

乙：好的。

（ตำรวจตัดสินให้คู่กรณีรับผิดชอบทั้งหมด ทั้งสองฝ่ายลงนามในบันทึก
เหตุการณ์）

（交警认定对方负全责，双方在事故责任认定书上签字确认。）

ก：ผมได้คุยกับตัวแทนประกันภัยของคู่กรณีแล้ว อุบัติเหตุครั้งนี้ไม่มีคน
บาดเจ็บ มีเพียงรถของทั้งสองฝ่ายที่เสียหาย ฝ่ายเขายินดีที่จะรับผิดชอบ
ค่าซ่อมรถทั้งหมด

甲：我已经与对方投保的保险公司理赔员谈过了，这次事故没有人
员伤亡，只是双方车子受损，他们愿意赔付所有修车费用。

ข：ขอบคุณครับ

乙：谢谢。

ก：รถของคุณเสียหาย ๒ แห่ง ครอบไฟซ้ายหน้าแตก กันชนซ้ายหน้ามีรอย
เฉี่ยว ดูสิครับว่ามีที่อื่นอีกไหม

甲：您的车受损两处，左前灯罩破碎，左前保险杠有擦痕。您看看
还有别的地方吗？

ข：ผมว่าไม่มีแล้วครับ

乙：我看应该没有了。

ก：ถ้างั้น เอารถไปเข้าอู่ที่คู่กรณีคุณเลือกไว้ ก็หมดเรื่องครับ

甲：那您就把车送到对方指定的修车厂就行了。

ข：กันชนนี่ ผมขอให้พ่นสีทั้งแผ่น ไม่ใช่พ่นเฉพาะส่วนที่มีรอย ไม่งั้น
สีอาจจะไม่เสมอกัน

乙：这个保险杠，我要求全部重新上漆，而不是部分补漆，不然会
造成色差。

ก：ได้ครับ เรื่องนี้ผมจะไปคุยให้

甲：可以，这个由我跟他们谈。

ข：เวลาเอารถเข้าอู่ ต้องใช้เอกสารอะไรบ้าง

乙：我拿车去修时需要提供哪些材料？

ก：เอกสารของคุณ ผมจะให้ฝ่ายเขาเอง พนักงานประกันภัยฝ่ายเขาจะส่ง
เอกสารทั้งหมดให้อู่ในวันนี้ คุณเพียงแต่ขับรถไป แล้วบอกที่อู่ว่าเป็น
ประกันอุบัติเหตุ ก็ไม่ต้องเสียค่าใช้จ่ายใดๆ

甲：您的材料我会提供给对方，对方理赔员今天就会把所有材料送
到修车厂。您只要开车去，告诉修车厂是事故保险就行，您不
用付任何费用。

ข：ครับ

乙：好的。

ก：จะเรียกค่าชดเชยเสียโอกาส ค่าใช้จ่ายการเดินทางหรือค่าทำขวัญไหมครับ

甲：要向对方索赔误工费、交通补助或精神损失费吗？

ข：ที่จริงก็ไม่มีอะไร ไม่ต้องแล้วครับ

乙：其实也没有什么，不用了。

ก：ถ้าทุกอย่างเรียบร้อย ผมขอตัวเลยนะครับ

甲：那没事我就先走了。

คำศัพท์ 词汇表

บัญชีออมทรัพย์ 活期储蓄
แบ๊งค์（bank） 钞票；银行
กรมธรรม์ 保单
ผู้ป่วยนอก 门诊病人
สเตทเม้นท์（statement） 对账单
เช็คเดินทาง 旅游支票
ธนบัตร 钞票，纸钞
ค่าชดเชย 赔偿金
ประกันสุขภาพ 医疗保险
คุ้มครอง 保障
สำรองจ่าย 垫付
ประกันอุบัติเหตุ 意外险
หุ้นตก 股票下跌
ภาษีเงินได้บุคคลธรรมดา 个人所得税
ใบอนุญาตทำงาน 工作许可证
สถานศึกษา 教育机构
รหัสผ่าน 密码
ระบุ 注明，标明
อัตราเบี้ยประกัน 保费
เห็นชอบ 同意
คู่กรณี 当事人
กันชน 保护杠
พ่นสี 喷漆
ค่าทำขวัญ 精神损失费
เงินฝากประจำ 定期存款
ประกันเชิงพาณิชย์ 商业保险
ค่าสินไหมทดแทน 赔偿金
สมุดเงินฝาก 存折
ขึ้นเช็ค 兑现支票
ดอกเบี้ย 利息
วงเงิน 额度，限额
ประกันกลุ่ม 集体保险
เบี้ยประกัน 保险金，保费
ผู้เอาประกัน 受保人
ใบรับรองแพทย์ 医生证明
เป็นธรรม 公平
นักลงทุน 投资者
กองทุน 基金
ประกอบ 结合，配合
บัตรเดบิต（debit） 借记卡
เบิกเงิน 取钱
สลิป（slip） 凭条，单据
แผนกทันตกรรม 牙科
หลักฐาน 证据
อุบัติเหตุ 事故
อู่ 修车厂
ค่าชดเชยเสียโอกาส 误工费

ข้อสังเกต 注释

1. เรียกร้อง 动词，主要有以下几个意思：

（1）“索要，要求，请求”。例如：

ประชาชนเรียกร้องให้นายกฯ ลาออกจากตำแหน่งเดี๋ยวนี้

人民要求总理马上辞职。

ประชาชนเรียกร้องให้รัฐบาลเร่งแก้ปัญหาค่าครองชีพ

人民要求政府加紧解决生活费问题。

（2）“呼吁，号召”。例如：

องค์กรดังกล่าวเรียกร้องให้ประชาชนคำนึงถึงประโยชน์ของประเทศชาติเป็นสำคัญ

该机构呼吁人民以国家利益为重。

（3）“索取，索赔”。例如：

เรียกร้องค่าสินไหมทดแทน 索取赔偿金

เรียกร้องค่ารักษาพยาบาล 索要医疗费

2. ประกอบ 动词，有以下几个意思：

（1）“做，从事”。例如：

ชาวราศีเมถุนเป็นคนที่มีสองบุคลิกในตัวเอง สามารถประกอบอาชีพเป็นนักแสดง นักร้องหรือนักเขียนบทภาพยนต์ เป็นต้น

双子座的人具有双重性格，适合从事演员、歌手或电影编剧等职业。

คุณคิดจะประกอบอาชีพอะไรคะ 你打算从事什么工作?

（2）“装配，组装”。例如：

คุณประกอบพัดลมเป็นหรือเปล่า 你会组装电风扇吗?

โรงงานประกอบรถยนต์แห่งนี้เป็นของนายทุนใหญ่

这家汽车组装厂是大老板的。

ร้านนี้วัดสายตาประกอบแว่นได้ 这家店可以验光配镜。

（3）"搭配"。例如：

ตัวประกอบเล่นได้ดีมาก　配角演得很好。

ร้องเพลงต้องมีดนตรีประกอบถึงจะเพราะ
唱歌要有音乐伴奏才好听。

（4）"组成，合成"。例如：

ยาชนิดนี้ประกอบด้วยอะไรคะ　这种药由哪些成分合成?

3. ระบุ 动词，主要有以下几个意思：

（1）"注明"。例如：

ในสัญญาได้ระบุไว้อย่างชัดเจนแล้วว่าให้ชำระค่าสินค้าด้วยเงินบาท
合同中已清楚注明以泰铢为货币单位支付货款。

（2）"规定"。例如：

รัฐธรรมนูญได้ระบุว่าสตรีมีสิทธิเท่าเทียมบุรุษทุกประการ
宪法规定女性拥有与男性同等的权利。

（3）"指定"。例如：

จดหมายนี้ระบุให้เธอไปรับทุนที่สถานทูต
信中指定让您到大使馆领奖学金。

คำศัพท์เพิ่มเติม 补充词汇

เจ้าของบัญชี	户主	อัตราดอกเบี้ย	利率
ชำระล่วงหน้า	预付	เลขที่บัญชี	账号
สมุดเช็ค	支票簿	เขียนเช็ค	写支票
เช็คขีดคร่อม	划线支票	เช็คเด้ง	空头支票
ลูกหนี้	债户，债务人	เจ้าหนี้	债主，债权人
ล้มละลาย	破产	รายได้สุทธิ	纯收入
รายรับประจำปี	年收入	ฐานภาษี	起征点
ภาษีเงินได้	所得税	ภาษีหัก ณ ที่จ่าย	代扣税

ตลาดหุ้น　股市　　　　　　　　หุ้นตก　股票下跌

ผู้ถือหุ้น　股东，持股人　　　　เงินปันผล　分红，红利

การประชุมผู้ถือหุ้น　股东会议　　หุ้นรัฐวิสาหกิจ　国企股

กลุ่มหลักทรัพย์การลงทุน　投资股　　สถานะทางการเงิน　资信

นายหน้า　中介　　　　　　　　ผู้ค้ำประกัน　担保人

ผู้กู้　贷款人　　　　　　　　　ผู้ให้กู้　放贷人

จำนอง　抵押　　　　　　　　การพาณิชย์　商业

กองทุนพัฒนา　发展基金　　　　กองทุนหุ้นระยะยาว　长线股基金

กองทุนรวมที่คิดค่าบริการการขาย　代售基金

กองทุนรวมเพื่อการเลี้ยงชีพ　养老基金

ค่าของเงินทุน　资金值　　　　　ยอดรวมธุรกิจ　企业总值

กรมธรรม์ประกันภัยหลัก　主险保单

รูปประโยคเพิ่มเติม　句型拓展

ถ้าหาก...　　　　　　如果……，假如……

ถ้างั้น...　　　　　　那样的话……，如果那样……

เวลา...　　　　　　……的时候

กรณี...　　　　　　……的情况

แบบฝึกหัด　练习

一、根据中文意思完成填空。

1. ช่วยเอาเงินก้อนนี้＿＿＿＿＿๑ ปี

请帮我把这笔钱存1年定期。

2. ประกันประเภทนี้เหมาะสำหรับผู้ที่มีอายุ ๕๕ ปี ＿＿＿＿

这种保险适合55岁以上的老人。

3. พ่อฉันเป็นแพทย์แผนโบราณ จึง_____ยาเป็น

我爸爸是中医，所以会配药。

4. ฉันลืม_____ของบัตรเครดิต ทำไงดีคะ

我忘了信用卡的密码，怎么办呢?

5. _____ที่บริษัทประกันภัยแจ้งมาอยู่ไกลเกินไป จะเปลี่ยนไปใช้_____แถว ๆ บริษัทผมได้ไหมครับ

保险公司指定的修车厂太远了，可以换到我公司附近的修车厂修吗?

6. เรื่องจัดงานสัมมนานั้น หัวหน้า_____แล้ว

举行研讨会的事，领导已经同意了。

7. วันนี้ฉันได้รับ_____แจ้งว่าบัญชีฉันมีเงินก้อนหนึ่งโอนออกไปแต่ฉันเองไม่ได้โอนเงิน ช่วยเช็คให้หน่อยได้ไหม

今天我收到短信通知说我的账户有一笔钱转出，但是我自己并没有转钱，你可以帮我查一下吗?

8. วันนี้ ธนาคารเราไม่มีเงินสด_____มากขนาดนี้ ถ้าท่านจะเบิกเงินสดก้อนใหญ่ ต้องแจ้งล่วงหน้า

我们银行今天没有备那么多现金，您要领取这么多现金的话，需要预约。

二、用泰语表达下列句子。

1. 请问，您在我方银行有账户吗?

2. 我想换面额100铢的零钱1万泰铢，有吗?

3. 外国人办理信用卡需要什么条件?

4. 请您教我怎么进行网上转账。

5. 不知道定期储蓄和活期储蓄的利息有何区别?

6. 借记卡不能透支，信用卡可以透支。

7. 我需要一份医生证明请假和跟保险公司报销费用。

8. 您的医疗费共2300铢，保险支付1500铢后，您需要补交800铢。

9. 受害者索要10万泰铢的精神损失费。

10. 购买保险一般都不能讨价还价。

三、用泰语模拟下列情景进行对话。

1. 到泰国银行用人民币兑换泰铢。

2. 到泰国银行咨询外国人办理信用卡事宜。

3. 联系泰国某保险公司购买学生医疗保险。

ความรู้ที่เกี่ยวข้อง **常识**

泰国银行名称三语对照

	泰文名	英文译名：英文缩写	中文译名
1	ธนาคารแห่งประเทศไทย	The Bank of Thailand：BOT	泰国国家银行
2	ธนาคารกรุงเทพ	Bangkok Bank：BBL	盘谷银行
3	ธนาคารกรุงไทย	Krung Thai Bank：KTB	泰京银行
4	ธนาคารกรุงศรีอยุธยา	Bank of Ayudhya：BAY	大城银行
5	ธนาคารกสิกรไทย	KBANK	开泰银行
6	ธนาคารทหารไทย	TMB Bank Public Company Limited：TMB	泰国军人银行
7	ธนาคารไทยพาณิชย์	Siam Commercial Bank：SCB	汇商银行
8	ธนาคารนครหลวงไทย	Siam City Bank Public Company Limited：SCIB	京都银行
9	ธนาคารอาคารสงเคราะห์	Government Housing Bank：GHB	住宅银行
10	ธนาคารออมสิน	Government Saving Bank：GSB	储蓄银行
11	ธนาคารเพื่อการเกษตรและสหกรณ์การเกษตร	Bank for Agriculture And Agricultural Co-operatives：BAAC	农业合作银行
12	ธนาคารทิสโก้	TISCO Bank Public Company Limited：TISCO	铁士古银行

续表

	泰文名	英文译名：英文缩写	中文译名
13	ธนาคารยูโอบี	United Overseas Bank（Thai）Public Company Limited：UOB	大华银行（泰国）
14	ธนาคารธนชาต	Thanachartbank：TBANK	泰纳昌银行（泰国）
15	ธนาคาร ไอซีบีซี（ไทย）จำกัด（มหาชน）	Industrial and Commercial Bank of China（Thai）Public Company Limited：ICBC	工商银行（泰国）
16	ธนาคารสแตนดาร์ดชาร์เตอร์ด（ไทย）	Standard Chartered Bank（Thai）：SCBT	渣打银行（泰国）
17	ธนาคารเอเชีย	Bank Asia, Thailand（BOA）	亚洲银行（泰国）

บทที่ ๒๙　การตรวจคนเข้าเมืองและศุลกากร
第二十九课　出入境检查及海关

รูปประโยคพื้นฐาน　基本句型

เหตุผลที่...	......的原因
ตามข้อกำหนดของ...	按......的规定
ไม่น้อยกว่า...	不少于......
ขอทราบว่า...	请告诉我......
ก่อน...	......之前　◯

ประโยคทั่วไป　常用句子

กรุณากรอกแบบฟอร์มตรวจคนเข้าเมืองครับ　请填写入境登记卡。

ขอดูบอร์ดดิ้งพาสด้วยครับ　　　　　　请把登机牌一起给我。

คุณจะอยู่หนานหนิงกี่วันคะ　　　　　您在南宁逗留几天？

จะเดินทางไปเมืองอื่นด้วยไหมคะ　　　还前往别的城市吗？

มองกล้องด้วยค่ะ　　　　　　　　　请看摄像头。

ตามข้อกำหนดของศุลกากร ถ้าไม่มีใบอนุญาตงดเว้นการตรวจ เราต้อง
ขอเปิดตรวจสัมภาระทุกชิ้นครับ ขอความร่วมมือนะครับ

按照海关规定，如果没有免检证，每件行李都得打开检查，请您合
作。

คุณมีสัมภาระกี่ชิ้นครับ　　　　　　你有几件行李？

มีของต้องห้ามหรือสิ่งของที่ต้องสำแดงหรือเปล่า

有没有违禁品或需要申报的物品？

บุหรี่ ๑๐ ซองไม่เกินจำนวนที่กำหนด ไม่ต้องสำแดงครับ

10包香烟没有超量，不需要申报。

ถ้าไม่มีของต้องสำแดง ให้ผ่านพิธีการศุลกากรช่องตรวจสีเขียว

如果没有需要申报的商品，请走海关绿色通道。

ถ้ามีของต้องเสียภาษี ของต้องห้าม ของต้องจำกัด ให้ผ่านพิธีการศุลกากร
ในช่องตรวจสีแดง

如果有需要纳税的商品、违禁品、限制品，请走海关红色通道。

อย่ารับของฝากนะคะ ถ้าเป็นของผิดกฎหมาย เราจะเดือดร้อน

别帮别人带东西，如果是违法品，我们会受牵连。

ห้ามนำเงินต่างประเทศเข้ามาเกิน ๒๐,๐๐๐ ดอลลาร์

禁止携带超过2万美元的外币现金入境。

หากต้องการขอคืนภาษีมูลค่าเพิ่ม ให้ไปที่เคาน์เตอร์ขอคืนภาษีมูลค่าเพิ่ม
ก่อนเช็คอิน

如要办理退税手续，请在办理登机手续前到退税柜台办理。

เป็นพิธีการศุลกากรตามธรรมเนียม ขอความร่วมมือด้วยนะครับ

这是海关例行手续，请您配合。

ต้องใช้เอกสารอะไรบ้างคะ　　　　　　需要些什么文件？

สินค้าอะไรบ้างที่ต้องเสียภาษีครับ　　有哪些商品需要上税？

สินค้าที่นำมาร่วมงานแสดงต้องแจ้งไหมครับ

参展的展品要申报吗？

จะต้องแสดงใบรายการการขนส่งและใบเสร็จการบรรทุกด้วยไหมครับ

需要出示装箱清单和装运发票吗？

ถ้าหากสินค้าจำหน่ายไปแล้ว ต้องเสียภาษีไหมครับ

展品出售后，需要交税吗？

หลังเลิกงาน เวลาขนส่งสินค้าเหล่านี้กลับประเทศ มีระเบียบการอย่างไรครับ

展会结束后，参展的展品运回国怎么办手续？

ขั้นตอนการส่งออกหรือนำเข้าสินค้าผ่านพิธีการศุลกากรต้องทำอย่างไรคะ

进出口的海关程序要怎么办理？

ผมมีบุหรี่หนึ่งแถว มี ๑๐ ซอง ต้องสำแดงด้วยไหมครับ

我带了一条香烟，有10包，需要申报上税吗？

ไปขอวีซ่าที่สถานทูตหรือสถานกงสุลใหญ่ของไทย

到泰国大使馆或者总领事馆申请签证。

หนังสือเดินทางต้องมีอายุ ๖ เดือนเป็นอย่างน้อย ไม่งั้นขอวีซ่าไม่ได้

护照必须有至少6个月的有效期，否则无法申办签证。

ให้เตรียมเอกสารให้ครบก่อนไปขอวีซ่า จะได้ไม่เสียเวลา

去申办签证前请准备好材料，才不会浪费时间。

ต้องมีรูปถ่ายขนาด ๒ นิ้ว หน้าตรง ไม่สวมหมวกมาด้วยนะครับ

要带上2寸正面免冠照片。

ขอทราบว่ากรณีใดบ้างที่เปลี่ยนประเภทวีซ่าไม่ได้

请问在什么情况下不能变更签注呢？

ในการดำเนินการยื่นคำร้องและฟังผลวีซ่า ดิฉันต้องมาเองไหมคะ

提交申请材料和听取申请结果的时候，我必须亲自来吗？

Re-entry Permit มีอายุใช้ได้ถึงเมื่อไร　　　回头签的有效期是多久？

กรณีคนต่างด้าวต้องการอยู่ในราชอาณาจักรเป็นการชั่วคราว ๑ ปีจะต้องมี

Non-immigration Visa

外国人暂住泰国1年须有非移民签证。

ในกรณีนี้ต้องติดต่อขอข้อมูลกับสถานทูตนั้น ๆ เอง

这种情况须向该大使馆咨询。

การขอเปลี่ยนวีซ่าจะต้องมีวีซ่าเดิมเหลือ ไม่น้อยกว่า ๑๕ วัน

原签证须有有效期15天以上才能申请变更签注。

หากระยะเวลาเหลือ ไม่ถึง ๑๕ วัน จะไม่สามารถขอรับการตรวจลงตราได้

จะต้องเดินทางออกนอกราชอาณาจักรเพื่อประทับตราอนุญาตใหม่

如果剩余时间不到15天，就不能申请签注，必须出境重新办理签证。

จะมีรายการเอกสารประกอบคำร้องรองรับแต่ละเหตุผล เช่น เพื่อการ

ทำงานธุรกิจ เพื่อเป็นอาจารย์ เป็นต้น

不同目的的申请，如经商、教学等，会要求提交不同的材料。
จะต้องใช้ระยะเวลาดำเนินการประมาณ 15 วัน เพื่อประมวลเรื่องและรอรับผลการพิจารณาจากผู้บังคับบัญชา
办理需要约15天时间，以审查材料并向局长报批。
ผู้ยื่นคำร้องต้องมาดำเนินการด้วยตนเอง 申请人须亲自到场。
เมื่อได้รับ Non-immigration Visa แต่ละประเภทแล้ว ก่อนวีซ่าหมดอายุ ๓๐ วัน ให้เตรียมเอกสารชุดใหม่เพื่อนำไปยื่นคำร้องขอต่อวีซ่าประเภท ๑ ปี กับ ตม.ในพื้นที่ หากมีการดำเนินการออกนอกประเทศให้สงวนสิทธิ์วีซ่าโดยการทำ Re-entry Permit กับ ตม.ในพื้นที่เช่นเดียวกัน
获得非移民签证后，在签证到期前30天，须准备好材料到当地移民局办理签证延期一年。若期间需要出境，须到当地移民局办理回头签证，以保留签证的有效性。
ค่าธรรมเนียมการยื่นขออนุญาตครั้งละ ๑,๐๐๐ บาท และ ๓,๘๐๐บาท ในกรณีที่มากกว่า ๑ ครั้ง
签证费用每次1,000铢，多次往返的是3,800铢。
ถ้าจะขอวีซ่า on arrival ต้องมีเงินสดไทยไม่น้อยกว่า ๒๐,๐๐๐ บาทนะครับ ไม่งั้นเขาไม่ให้เข้าเมือง
如果要办理落地签证，需要随身携带2万泰铢现金，不然不允许入境。
คนไทยไปฮ่องกงไม่ต้องใช้วีซ่า 泰国人去香港不用办理签证。

การสนทนา 情景对话

บทสนทนาที่ ๑ การเข้าเมืองที่สนามบิน
会话1 机场入境

（เจ้าหน้าที่สนามบินนครหนานหนิงตรวจเอกสารของคนเข้าเมือง）

（南宁机场工作人员检查入境者证件。）

ก：คุณมาจากกรุงเทพฯ หรือครับ

甲：你是从曼谷来的吗?

ข：ใช่ค่ะ

乙：是的。

ก：กรุณากรอกแบบฟอร์มตรวจคนเข้าเมืองครับ

甲：请填写入境登记卡。

ข：เหตุผลที่เดินทางเข้าประเทศจีนนี่เขียนว่าอะไรดี

乙："来华目的"这一栏写什么好呢?

ก：ก็เขียนว่าเข้าร่วมงานนิทรรศการจีน-อาเซียน

甲：写参加南博会就行。

ข：นอกจากต้องแสดงหนังสือเดินทางแล้ว ยังต้องแสดงใบรับรองแพทย์
ด้วยไหมคะ

乙：除要出示护照以外，还需要出示健康证吗?

ก：ครับ ขอดูบอร์ดดิ้งพาสด้วยครับ

甲：是的。请把登机牌一起给我。

ข：อยู่นี่ค่ะ

乙：在这儿。

ก：คุณจะอยู่หนานหนิงกี่วันครับ

甲：您在南宁逗留几天?

ข：๗ วันค่ะ

乙：7天。

ก：จะเดินทางไปเมืองอื่นด้วยไหมครับ

甲：还前往别的城市吗?

ข：ไม่ล่ะค่ะ

乙：不了。

ก：มองกล้องด้วยครับ

甲：请看摄像头。

ข：จากสนามบินถึงตัวเมืองหนานหนิงกี่กิโลคะ

乙：从飞机场到南宁市区有多少公里？

ก：ประมาณ ๔๐ กิโล ใช้เวลาครึ่งชั่วโมงครับ

甲：大约40公里，需要半个小时。

ข：มีรถเข้าเมืองไหมคะ

乙：有车进城吗？

ก：มีรถแท็กซี่กับรถเมล์ครับ เดินออกไปข้างนอก จุดขึ้นรถอยู่ทางขวามือครับ

甲：有出租车和大巴。您走出外边，上车点在右手边。

ข：ขอบคุณค่ะ

乙：谢谢！

ก：เรียบร้อยแล้วครับ โชคดีครับ

甲：手续办好了。祝您好运！

บทสนทนาที่ ๒ พิธีการศุลกากร
会话2   过海关

（ศุลการกษ์ตรวจสัมภาระของผู้โดยสารขาเข้า）

（海关工作人员检查入境者的行李。）

ก：ขอโทษครับ ตามข้อกำหนดของศุลกากร ถ้าไม่มีใบอนุญาตงดเว้นการตรวจ
    เราต้องขอเปิดตรวจสัมภาระทุกชิ้นครับ ขอความร่วมมือนะครับ

甲：对不起，按照海关规定，如果没有免检证，每件行李都得打开
    检查，请您合作。

ข：ได้ครับ

乙：可以。

ก：คุณมีสัมภาระกี่ชิ้นครับ

甲：你有几件行李？

ข : สองชิ้นครับ กระเป๋าเดินทางใบใหญ่และกระเป๋าขึ้นเครื่องอีกหนึ่งใบครับ

乙：两件，一个大旅行箱，一个登机箱。

ก : กระเป๋าใบนี้มีอะไรบ้างครับ

甲：这个皮箱里有什么东西？

ข : เสื้อผ้ากับของใช้ส่วนตัวครับ

乙：一些衣服和个人日用品。

ก : มีของต้องห้ามหรือสิ่งของที่ต้องสำแดงหรือเปล่า

甲：有没有违禁品或需要申报的物品？

ข : ไม่มีของต้องห้ามหรอกครับ ผมมีบุหรี่หนึ่งแถว มี ๑๐ ซอง ต้องสำแดง
ด้วยไหมครับ

乙：不会带违禁品的，我带了一条香烟，有10包，需要申报吗？

ก : ๑๐ ซองไม่เกินจำนวนที่กำหนด ไม่ต้องสำแดงครับ กล่องใบนี้มีอะไร

甲：10包香烟没有超量，不需要申报。这盒子里有什么？

ข : เป็นขนมและใบชาครับ ของฝากเพื่อน

乙：是糕点和茶叶，送朋友的礼物。

ก : กระเป๋าขึ้นเครื่องมีอะไรบ้าง

甲：登机箱里是什么东西？

ข : เป็นหนังสือครับ

乙：是一些书籍。

ก : ตรวจเสร็จแล้ว เป็นพิธีการศุลกากรตามธรรมเนียมนะครับ ขอบคุณ
ที่ให้ความร่วมมือ

甲：检查完了。这是海关例行手续，谢谢您的合作。

บทสนทนาที่ ๓　การสำแดงสินค้าต่อศุลกากร
会话3　　　　海关申报手续

（ พ่อค้าต่างประเทศที่เดินทางมาเข้ามาร่วมงานเอ็กซ์โปจีน-อาเซียนผ่านพิธีการศุลกากร ）

（参加中国—东盟博览会的海外商家办理参展商品海关手续。）

ก：กรุณากรอกใบแจ้งศุลกากรครับ

甲：请填写海关申报单。

ข：สินค้าที่นำมาร่วมงานแสดงต้องแจ้งไหมครับ

乙：参展的展品要申报吗？

ก：ต้องแจ้งด้วยครับ

甲：要。

ข：ต้องเสียภาษีหรือเปล่าครับ

乙：要交税吗？

ก：ไม่ต้องครับ แต่ต้องแสดงหนังสือเชิญของคณะกรรมการจัดงาน
　　นิทรรศการ และใบสมัครเข้าร่วมงานแสดงด้วย

甲：不需要。但要出示博览会组委会的邀请信和参展报名表。

ข：ใบแสดงรายการการขนส่งและใบเสร็จการบรรทุกด้วยไหมครับ

乙：装箱清单和装运发票需要吗？

ก：แน่นอนครับ

甲：当然。

ข：ตอนขากลับ สินค้าที่เหลือจากการจำหน่ายต้องเสียภาษีไหมครับ

乙：返程时，未出售的商品需要交税吗？

ก：ต้องดูว่าเป็นสินค้าอะไร ในตารางภาษีศุลกากรได้ระบุไว้อย่างชัดเจน
　　แล้วครับ ลองอ่านดูได้ครับ

甲：要看是什么货物。海关税表都写得很清楚，您可以查阅。

ข：หลังเลิกงาน เวลาขนส่งสินค้าเหล่านี้กลับประเทศ ต้องทำอย่างไรบ้างครับ

乙：展会结束后，参展的展品运回国怎么办手续？

ก：ให้แสดงใบแจ้งศุลกากรใบนี้ตอนขาออกครับ เก็บใบแจ้งศุลกากรนี้ให้ดีนะครับ

甲：出境时出示这张海关申报单就行了。请保管好这张申报单。

ข：สินค้าส่วนที่จำหน่ายแล้วหรือมอบให้เพื่อนคนจีนแล้ว ต้องทำอย่างไร
　　ครับ

乙：有部分展品我出售了或送给了中国的朋友，怎么办？

ก：ให้ชี้แจงให้ศุลกากรรับทราบครับ

甲：跟海关讲明。

ข：ถ้าผมซื้อสินค้าจีนออกไปต้องเสียภาษีไหมครับ

乙：买中国的商品出关要交税吗？

ก：ไม่ต้องเสียครับ

甲：不用。

ข：ขอบคุณมากครับ

乙：谢谢你的解答。

บทสนทนาที่ ๔　การขอวีซ่า
会话4　　　　申办签证

（คนจีนที่อยู่ในราชอาณาจักรไทยโทรศัพท์ไปยังสำนักงานตรวจคนเข้า
เมืองเพื่อสอบถามเรื่องวีซ่า）

（在泰中国人通过电话向泰国移民局咨询签证办理事宜。）

ก：สวัสดีค่ะ ดิฉันต้องการอยู่เมืองไทย ๑ ปี ต้องขอวีซ่าอะไรคะ

甲：您好！我需要在泰国居留一年，需要办理什么签证？

ข：กรณีคนต่างด้าวต้องการอยู่ในราชอาณาจักรเป็นการชั่วคราว ๑ ปี
จะต้องมี Non-immigration Visa

乙：首先，外国人暂住泰国1年须有非移民签证。

ก：ขอวีซ่าได้ที่ไหนคะ

甲：可以到哪儿申请签证呢？

ข：ขอได้ ๒ ที่ คือ สถานทูตไทยในต่างประเทศหรือสำนักงานตรวจคน
เข้าเมือง วีซ่าเดิมต้องมีระยะเวลาเหลือไม่น้อยกว่า ๑๕ วัน

乙：有两个地方可以办理，即泰国驻国外的大使馆或者泰国移民
局。原签证须有有效期15天以上。

ก: แต่ดิฉันมีเวลาเหลือแค่ ๑๑ วัน จะยื่นคำร้องได้หรือเปล่า

甲: 但我只剩11天了，可以申请吗？

ข: ถ้าไม่ถึง ๑๕ วันจะเปลี่ยนไม่ได้ จะต้องเดินทางออกนอกราชอาณาจักรเพื่อประทับตราอนุญาตใหม่

乙: 不够15天就不能换，必须出境重新办理签证。

ก: มีวีซ่าประเภทใดบ้างที่สามารถเปลี่ยนประเภทได้คะ

甲: 哪些类别的签证才能变更签注呢？

ข: ประเภท Tourist Visa, Transit Visa, ผ.๑๕, ผ.๓๐ และ ผ.๙๐

乙: 可逗留15天、30天或90天的旅游签、过境签。

ก: ดิฉันถือหนังสือเดินทางจีน มีวีซ่าประเภท Tourist Visa จะต้องใช้แบบฟอร์มอะไรคะ

甲: 我持中国护照，有旅游签证，要填什么表？

ข: ใช้แบบฟอร์ม ตม.๘๖ ค่ะ

乙: 填TM86表。

ก: เอกสารที่ใช้ประกอบการยื่นคำร้องมีอะไรบ้างคะ

甲: 另外还须提交哪些材料？

ข: จะมีรายการเอกสารประกอบคำร้องที่ต่างกันตามประเภทวีซ่าค่ะ

乙: 不同的签证类型会有不同的材料要求。

ก: ค่าธรรมเนียมในการยื่นคำร้องเท่าไรคะ

甲: 手续费多少？

ข: ๒,๐๐๐ บาทค่ะ

乙: 2,000铢。

ก: รอรับวีซ่าได้ภายในวันเดียวหรือเปล่าคะ

甲: 当天可以领取签证吗？

ข: จะต้องใช้ระยะเวลาดำเนินการประมาณ ๑๕ วัน เพื่อประมวลเรื่องและรอรับผลการพิจารณาจากผู้บังคับบัญชาค่ะ

乙: 办理需要15天时间，以审查材料并向局长报批。

ก: ในการดำเนินการยื่นคำร้องและฟังผลวีซ่า ดิฉันต้องมาเองไหมคะ

甲：提交申请材料和听取申请结果的时候，我必须亲自来吗？

ข：ผู้ยื่นคำร้องต้องมาดำเนินการด้วยตนเองค่ะ

乙：申请人须亲自到场。

ก：หากดิฉันต้องการสอบถามข้อมูลเพิ่มเติมติดต่อได้ที่ไหนคะ

甲：如果我需要咨询详细情况，可以咨询哪儿呢？

ข：โทรมาที่เบอร์ ๐๒๑ ๔๑๙ ๙๐๒๓ หรือ ติดต่อทางเว็บไซต์ http://bangkok.immigration.go.th หรือติดต่อโดยตรงได้ที่ งานการขอรับการตรวจลงตรา และเปลี่ยนประเภทการตรวจลงตรา ณ ศูนย์ราชการเฉลิมพระเกียรติฯ

乙：致电02-1419902-3，或进入http://bangkok.immigration.go.th网站，或者直接到行政中心的签证处咨询。

คำศัพท์　词汇表

การตรวจคนเข้าเมือง　入境检查

แบบฟอร์มตรวจคนเข้าเมือง　入境卡

บอร์ดดิ้งพาส（boarding pass）　登机牌

งดเว้น　免于；戒除；取消

ของต้องห้าม　违禁品

จำกัด　限制

ใบแสดงรายการการขนส่ง　装箱清单

ใบเสร็จการบรรทุก　装运发票

ขั้นตอน　程序

Re-entry Permit　再次入境许可，回头签证

คนต่างด้าว　外国人

Non-immigration Visa　非移民签证

การตรวจลงตรา　签注，签证

ประมวล　汇集，搜集

ข้อกำหนด　规定

ใบอนุญาต　许可证

สำแดง　显示，展示

พิธีการศุลกากร　海关手续

เดือดร้อน　困扰；连累

ธรรมเนียม　惯例；习俗

ระเบียบการ　规定，规章

สถานกงสุลใหญ่　总领馆

กรณี　情况，情形

ราชอาณาจักร　王国，领域

ชั่วคราว　暂时

เหตุผล　原因，理由

ผู้บังคับบัญชา　上级，上司

ตม.=สำนักงานตรวจคนเข้าเมือง 移民局　On Arrival　落地签证

ผู้โดยสารขาเข้า 入境旅客　　　กระเป๋าเดินทาง 旅行箱

กระเป๋าขึ้นเครื่อง 登机箱　　　หนังสือเชิญ 邀请函

คณะกรรมการจัดงาน 组委会　　ระบุ 标注，注明

Tourist Visa 旅游签证　　　Transit Visa 过境签证

ค่าปรับ 罚金　　　　　　　พำนัก 居留，居住

ด่าน 口岸，关卡　　　　　ผู้ยื่นคำร้อง 申请人

ข้อสังเกต 注释

1. งดเว้น 动词，主要有以下两个意思：

（1）"免，免于"。例如：

รัฐบาลงดเว้นภาษีนำเข้าเพื่อส่งเสริมการค้าขาย
政府免征进口税以促进贸易。

（2）"戒，戒除"。例如：

คนไทยจำนวนไม่น้อยงดเว้นเนื้อสัตว์ทุกวันพระ
很多泰国人每个佛日都戒荤。

โปรดงดเว้นการใช้คำหยาบคาย 请不要说粗口话。

2. กรณี "情况，情形，形势"。例如：

ในกรณีเช่นนี้ควรทำตามขั้นตอน
这种情况应按程序操作。

ในกรณีที่นักศึกษาไม่ได้รับปริญญาบัตรด้วยตนเอง ต้องมีหนังสือ
มอบอำนาจให้ผู้อื่นทำการแทน
在学生不能亲自来领取学位证的情况下，要有授权委托书给代
办者。

คำศัพท์เพิ่มเติม 补充词汇

ประทับตรา 盖章	ฉีดวัคซีน 打预防针
วันเดินทางเข้า 入境日期	วันเดินทางออก 出境日期
หมายเลขหนังสือเดินทาง 护照号码	
หมายเลขการตรวจลงตรา 签证号码	
รายงานตัว ๙๐ วัน 90天报到	ใบรับรองที่อยู่อาศัย 地址证明
ใบจองโรงแรม 酒店订单	เที่ยวบิน 航班
กล่องกระดาษ 纸箱	สายพาน 传送带
กระเป๋าเกินขนาด 超大行李	ของแตกง่าย 易碎品
วัตถุไวไฟ 易燃品	ชั่ง 称
ประตูขึ้นเครื่อง 登机口	หนังสือเดินทางราชการ 因公护照
หนังสือเดินทางทูต 外交护照	หนังสือเดินทางประชาชน 因私护照
ภาษีส่งออก 出口税	ภาษีนำเข้า 进口税
อัตราภาษี 税率	

รูปประโยคเพิ่มเติม 句型拓展

คิดว่า...	以为……
เนื่องจาก...	源于……，因为……
...จน...	……得……
ขอแนะนำให้...	我建议……
...ใช่หรือเปล่า	……是不是?
ทราบไหมว่า...	知道……吗?

แบบฝึกหัด 练习

一、根据中文意思完成填空。

1. การขอวีซ่าใช้ชีวิตบั้นปลายในเมืองไทย ต้องมีเงินฝาก_____ ๒๐๐,๐๐๐ บาท หรือมีรายได้_____ เดือนละ ๖๕,๐๐๐ บาท

申请泰国养老签证，要有不少于20万泰铢存款或每月至少65000泰铢的收入。

2. ขอให้เตรียมเอกสาร_____ของฝ่ายการเรียนการสอนของมหาวิทยาลัย

请按照学校教务处的规定准备材料。

3. _____จะประกอบอาชีพในประเทศไทย ต้องไปขอ_____ทำงานก่อน

如果要在泰国工作，必须先申请工作许可证。

4. ไฟแช็คเป็น_____ไม่ให้โหลดใต้เครื่องนะครับ

打火机是违禁品，不允许托运的。

5. ขอ_____ครับ ผมจะ_____อุปกรณ์ถ่ายภาพจำนวนหนึ่ง

请给我一张海关申报单，我要申报一批摄影器材。

二、用泰语表达下列句子。

1. 请在入境卡上填写暂住地址。

2. 请出示您的海关申报单。

3. 您来泰国做什么？

4. 我申请的是旅游签证，不知道可以在泰国逗留几天？

5. 考试不及格的原因很多，但是考得第一的途径只有一个，就是勤奋。

6. 麻烦你通知一下你们班同学，明天的听力课停课一次。

7. 根据学校的规定，学生须修满172个学分才能毕业。

8. 申办签证之前，请检查你的护照有效期超过6个月。

9. 首先，我要感谢我的父母，如果没有他们的理解和支持，就没有我的今天。

10. 你受委屈的时候，你首先会想向谁倾诉？

三、用泰语模拟下列情景进行对话。

1. 展会结束后，泰国商家在海关办理展品出关手续。

2. 您在曼谷机场办理多次往返回头签证。

3. 您到泰国驻南宁总领馆申办赴泰学习签证。

ความรู้ที่เกี่ยวข้อง 常识

泰国海关有关规定

符合以下条件的旅客，无须报关，可走绿色通道：

—— 个人随身携带物品总价值不超过1万泰铢；

—— 不受限制的/不是违禁物品，或正规物品；

—— 200根香烟或者250克烟草或雪茄，或者混合携带加在一起的重量最大不超过500克，超过500克罚款；

—— 最大限度1升的酒精类饮料。

*提示：

—— 超过规定总额的物品请扔进海关回收筒中，以免被起诉。

—— 如果您对随身携带的物品情况不确定，请走红色通道。

—— 海关为了旅客的方便，不检查所有走绿色通道的旅客，但是会进行抽查。被抽查的旅客，应主动合作，打开行李接受检查。

—— 旅客入境可携带外币、旅行支票、汇票等入境，数量并无限制，但是金额超过1万美元或5万泰铢时，必须申报。

บทที่ ๓๐ การจัดการเหตุฉุกเฉิน
第三十课 应急处理

รูปประโยคพื้นฐาน 基本句型

ขอความร่วมมือ...	请配合……
ไม่น่าจะ...	不应该……，不会……
บอกได้ไหมว่า...	能否告诉……
ไม่...แน่นอน	肯定不……，绝对不……
...ก่อน จึงจะ...ได้	先……，才能……
ต้องใช้เวลานานเท่าไรกว่าจะ...ได้	要花多长时间才能……
ระหว่างที่ ...	……期间
ไม่แน่ใจว่า...	不确定……，不肯定……

ประโยคทั่วไป 常用句子

ถ้ามีเหตุฉุกเฉินให้โทร 191　　发生紧急事故，请拨191。
ไฟไหม้ ไฟไหม้ ใครก็ได้ช่วยด้วย　　着火啦，着火啦！救命啊！
ช่วยด้วยค่ะ ถูกกระชากกระเป๋า　　救命啊！被抢包了！
คุณตำรวจคะ ฉันโดนล้วงกระเป๋าค่ะ　　警察，我被掏包了。
มีรถชนกันข้างหน้าค่ะ　　前边有撞车事故。
ช่วยโทรเรียกหน่วยกู้ภัยให้มาด่วนเลยนะคะ
帮打电话叫救护队速赶来。
เรียกรถดับเพลิงให้ด้วยค่ะ　　帮叫消防车。
ช่วยเรียกรถพยาบาลด้วยค่ะ มีคนเจ็บ　　帮忙叫救护车吧，有人受伤。
ที่โรงแรมมีแขกหมดสติเนื่องจากรับสารพิษ ขอให้ส่งรถพยาบาลมาด่วนค่ะ

宾馆有客人吞食有毒物质而昏迷不醒，请您马上派救护车过来。

เรียกคนมาช่วยหน่อย　　　　　　　　叫人来帮帮忙。

ขอกล่องปฐมพยาบาลด้วยครับ　　　　　给我急救箱。

สังเกตบันไดหนีไฟ ดูว่าทางออกฉุกเฉินอยู่ตรงไหนด้วยนะคะ

注意逃生梯，看看紧急通道在哪儿。

ไฟดับอีกแล้ว มีคนติดอยู่ในลิฟต์หรือเปล่า

又停电了，有没有人被关在电梯里？

ใจเย็นครับ ใจเย็นครับ กำลังช่วยอยู่นะครับ　冷静，冷静，我们正在抢救。

หลีกไปครับ ขอทางหน่อยครับ　　　　　让一让，请让路。

รถติดจังเลย มีอุบัติเหตุอะไรหรือเปล่า　　路很堵，是不是发生车祸了？

เราจะส่งรถพยาบาลและแพทย์มาทันทีค่ะ ขอเบอร์ติดต่อกลับด้วยค่ะ

我们马上派救护车和医生前往，请留一个联系电话。

รถพยาบาลน่าจะมาถึงภายใน ๑๕ นาทีนะคะ

救护车应该在15分钟之内到达。

ระหว่างที่รอรถพยาบาล เราควรจะทำอย่างไรคะ

在等待救护车的这段时间里，我们应该怎么办？

มีอาการชักไหมคะ　　　　　　　　　有抽搐现象吗？

ให้ใช้ผ้าสะอาดพันนิ้วมือแล้วเช็ดเสมหะหรือน้ำลายออกให้หมดเพื่อช่วย
ให้หายใจสะดวก

用干净的布包住手指，把痰和口水全部擦拭干净，保持呼吸畅通。

ระหว่างนี้ห้ามให้ผู้ป่วยกินหรือดื่มอะไรนะคะ

这期间不能给病人吃或者喝任何东西。

อย่าวิตกเกินไปครับ ผมจะทำบันทึกให้

别太担心了，我现在给你做笔录。

ขอความร่วมมือให้ปากคำทำบันทึกหน่อยนะครับ

请您配合我们录口供。

ขอความร่วมมือวัดแอลกอฮอล์หน่อยครับ

请您配合我们做酒精含量检测。

เราต้องสำรวจที่เกิดเหตุก่อนถึงจะสรุปอะไรได้

我们还要进行现场勘查才能进行责任认定。

ช่วยเล่าเรื่องที่เกิดขึ้นอย่างละเอียดครับ

请把发生的事仔细说一下吧。

แจ้งความหรือยังครับ 报警了吗？

เขาแต่งตัวอย่างไร ทรงผมเป็นอย่างไร บอกได้ไหมครับ

他们的打扮怎么样？发型怎么样？说得出来吗？

คุณโทรไปอายัดบัตรเครดิต บัตรเอทีเอ็มเดี๋ยวนี้เลยครับ

您现在马上打电话去冻结您的信用卡和银行卡。

พวกเขากระโจนออกมาจากใต้บันได คนหนึ่งอยู่หน้า อีกคนหนึ่งอยู่หลัง ล้อมผมไว้ และคนที่อยู่ข้างหลังกระชากกระเป๋าผมไป

他们从楼梯下跳出来，一前一后把我夹在中间，后面的人把我的背包扯走。

ผมไม่แน่ใจว่าใต้บันไดมีคนอีกหรือเปล่า มันค่อนข้างมืด เห็นไม่ค่อยชัด

我不知道楼梯下还有没有人，天比较黑，看不清楚。

ผู้ร้ายเป็นวัยรุ่น อายุประมาณ ๒๐ ตัวไม่ค่อยสูง

行凶者是年轻人，大概20岁左右，个子都不太高。

ผมตกใจจนจำอะไรไม่ได้เลยครับ 我当时吓得什么也记不清了。

ผมต้องการบันทึกการแจ้งความไปขอหนังสือเดินทางเล่มใหม่และบัตรธนาคาร

我需要报案记录去补办护照和银行卡。

หนังสือเดินทางของดิฉันหาย ดิฉันขอทำหนังสือเดินทางเล่มใหม่ค่ะ

我的护照丢失了，我想申请一本新的护照。

ถ้าเป็นวีซ่านักท่องเที่ยว จะขอพาสปอร์ตเล่มใหม่ไม่ได้ ได้แค่ใบเดินทาง

持旅游签证入境的话，不能补发新的护照，只能补发旅行证。

เราจะต้องตรวจสอบข้อมูลของคุณจากหน่วยงานที่เกี่ยวข้องภายในประเทศ

ก่อน จึงจะดำเนินการต่อไปได้

我们须向国内有关部门核查您的身份后，才能为您办理相关手续。

เก็บรักษาต้นฉบับให้ดีนะครับ ตม. ไทยจะขอตรวจตอนที่คุณเดินทางออก
นอกราชอาณาจักร

请妥善保管好原件，泰国移民局在您出境时会查验。

ผมขับมาตามทางหลัก แล้วก็มีรถพุ่งออกมาจากทางแยก

我沿着主路行驶，然后有车突然从边道冲出来。

ความเร็วผมไม่เกิน ๔๐ กิโลเมตรแน่นอน

我的时速肯定不超过40公里。

🎧 ▌▌ **การสนทนา　情景对话** ▌▌

บทสนทนาที่ ๑　การเรียกรถพยาบาล
会话1　　　叫救护车

(ที่โรงแรมประเทศจีน มีแขกหมดสติเนื่องจากรับสารพิษ เจ้าหน้าที่โรงแรมโทร
๑๒๐ เพื่อขอความช่วยเหลือ)

（在中国酒店，客人误食有毒物质而昏迷不醒，酒店工作人员打急
救电话120求助。）

ก：ศูนย์กู้ภัย ๑๒๐ ใช่ไหมคะ

甲：是120急救中心吗？

ข：ใช่ค่ะ มีอะไรให้ช่วยคะ

乙：是的。有什么可以帮您的吗？

ก：ดิฉันหลี่น่า ที่โรงแรมมีแขกหมดสติเนื่องจากรับสารพิษ ขอให้ส่งรถพยาบาลมาด่วนค่ะ

甲：我叫李娜，我们宾馆有客人误食有毒物质而昏迷不醒，请您马
　　上派救护车过来。

ข：ทราบไหมคะว่าเป็นสารอะไร

乙：知道是什么物质吗？

ก：ทินเนอร์ค่ะ

甲：天那水。

ข：ขอทราบที่อยู่ด้วยค่ะ

乙：请告诉我您的地址。

ก：โรงแรมฝูหมั่นตี้ เลขที่ ๑๖๖ ถนนปินตั้ง เขตต้าชิ่งค่ะ

甲：我们这里是福满地宾馆，在大庆区宾栋路166号。

ข：ได้ค่ะ เราจะส่งรถพยาบาลและแพทย์มาทันทีค่ะ ขอเบอร์ติดต่อกลับด้วยค่ะ

乙：好的，我们马上派救护车和医生前往，请留一个联系电话。

ก：ขอบคุณค่ะ เบอร์ ๑๒๓ ๔๕๖๗ ระหว่างที่รอรถ เราต้องทำอย่างไรคะ

甲：谢谢！电话是1234567，在等待救护车的这段时间里，我们要怎么做？

ข：ผู้ป่วยยังหายใจได้เองหรือเปล่าคะ

乙：病人还能自主呼吸吗？

ก：ได้ค่ะ

甲：可以的。

ข：มีอาการชักหรืออาเจียนไหมคะ

乙：有抽搐或呕吐现象吗？

ก：มีค่ะ แต่ตอนนี้หยุดแล้วค่ะ

甲：有，但是现在已经停了。

ข：ให้จับผู้ป่วยนอนหงาย และจับศีรษะให้หงายขึ้นมาก ๆ และใช้ลูกยางดูดเสมหะ และน้ำลายออกจากปากและคอ ถ้าไม่มีลูกยาง ให้ใช้ผ้าสะอาดพันนิ้วมือแล้วเช็ดเสมหะหรือน้ำลายออกให้หมด เพื่อช่วยให้หายใจสะดวก

乙：让病人仰躺，把他的头尽量往后仰，然后用吸球把嘴里和喉咙的痰和口水吸出来。如果没有吸球，就用干净的布包住手指，把痰和口水全部擦拭干净，保持呼吸畅通。

ก：หลังจากที่ผู้ป่วยหยุดอาเจียน เราจับผู้ป่วยให้นอนในท่าที่หายใจ

สะดวกแล้ว

甲：刚才病人停止呕吐后，我们已经让病人舒适地仰躺。

ข：ควรขยายเสื้อผ้าเครื่องนุ่งห่มให้หลวม ๆ แต่ถ้าอยู่ในห้องแอร์ ให้ใช้ผ้า ห่มคลุมตัวให้ร่างกายอบอุ่นด้วยนะคะ

乙：应该把他的衣服松开，但是如果是在空调房里，要给病人盖被子保持身体暖和。

ก：ค่ะ

甲：好的。

ข：ระหว่างนี้ห้ามให้ผู้ป่วยกินหรือดื่มอะไรนะคะ

乙：这期间不能给病人吃或者喝任何东西。

ก：ค่ะ ขอบคุณมากค่ะ

甲：好的，谢谢您！

ข：ค่ะ รถพยาบาลน่าจะมาถึงภายใน ๑๕ นาทีนะคะ

乙：好。救护车应该在15分钟之内到达。

บทสนทนาที่ ๒ การถูกโจรกระชากกระเป๋า
会话2 被劫匪抢包

นักศึกษาจีนไปแจ้งความหลังถูกโจรกระชากกระเป๋า

（中国留学生被劫匪抢包后到警察局报案。）

ก：ขอโทษครับ ผมขอแจ้งความครับ

甲：对不起，我要报案！

ข：เรื่องอะไรครับ

乙：发生了什么事？

ก：ผมถูกกระชากกระเป๋าครับ

甲：我被抢包了！

ข：ผมจะลงบันทึกประจำวันให้ หนังสือเดินทางยังอยู่ไหมครับ

乙：我给你备案。你的护照还在吗？

ก：อยู่ในเป้ถูกขโมยไปแล้วครับ

甲：放在背包里一起被抢了。

ข：งั้นช่วยบอกสัญชาติ ชื่อและนามสกุล หมายเลขหนังสือเดินทางด้วยครับ

乙：那请你告诉我你的国籍、姓名、护照号码。

ก：ผมเป็นคนจีนแผ่นดินใหญ่ ชื่อ เฉินเซิง หมายเลขหนังสือเดินทาง G๔๕๐๑๐๐๐๐

甲：我来自中国大陆，叫陈生，护照号码是G45010000。

ข：มาทำอะไรที่ประเทศไทยครับ เข้ามาเมื่อไรครับ

乙：你来泰国做什么的？什么时候入境的？

ก：มาเรียนหนังสือที่มหาวิทยาลัยธุรกิจบัณฑิตครับ เดินทางเข้ามาวันที่ ๖ สิงหาคม ปีนี้ครับ

甲：在博仁大学学习，今年8月6日入境的。

ข：พักอยู่ที่ไหนครับ มีเบอร์โทรศัพท์ที่ติดต่อได้ไหมครับ

乙：你居住在哪里？有联系电话吗？

ก：อยู่ห้อง ๖๐๙ เอ็มซี อพาร์ตเมนต์ บ้านเลขที่ ๖๖ ซอยสุขร่วมกัน ถนนรัชดาภิเษกครับ เบอร์โทรที่อพาร์ตเมนต์คือ ๐๒๒ ๐๐๐ ๐๐๐ ครับ

甲：住在拉差达披色路同甘巷66号MC公寓609房，公寓电话是 022 000 000。

ข：ช่วยเล่าเรื่องที่เกิดขึ้นอย่างละเอียดครับ

乙：请你把发生的事仔细说一下吧。

ก：ผมถูกกระชากกระเป๋าใต้สะพานลอยถนนวิทยุครับ

甲：我在维塔育路天桥下被抢包了。

ข：เวลาประมาณกี่โมงครับ

乙：大概几点钟？

ก：เมื่อกี้ตอน ๒ ทุ่มครึ่งครับ

甲：刚才晚八点半左右。

ข: คนร้ายได้อะไรไปบ้างครับ

乙: 抢走了什么东西?

ก: เป้ของผมครับ ผมเดินลงสะพานลอยมาแล้วเลี้ยวไปใต้บันได พวกเขา
กระโจนออกมาจากใต้บันได คนหนึ่งอยู่หน้า อีกคนหนึ่งอยู่หลังล้อมผมไว้
และคนหนึ่งมาดึงเป้ผมไป

甲: 我的背包。我从天桥上下来往楼梯后走的时候，他们从楼梯底下跳

出来，一前一后把我夹在中间。有一个伸手过来扯走我的背包。

ข: มีทั้งหมดกี่คนครับ

乙: 有几个人?

ก: รู้สึกว่า ๒ คนครับ ผมไม่แน่ใจว่าใต้บันไดมีคนอีกหรือเปล่า มันค่อนข้างมืด
เห็นไม่ค่อยชัด

甲: 好像是两个人，我不确定楼梯下还有没有人，天比较黑，看不

清楚。

ข: รูปพรรณสัณฐานเป็นอย่างไร

乙: 体貌特征如何?

ก: เป็นวัยรุ่น อายุประมาณ ๒๐ ตัวไม่ค่อยสูง

甲: 都是年轻人，大概20岁左右，个子都不太高。

ข: แต่งตัวอย่างไร ผมทรงอะไร บอกได้ไหมครับ

乙: 怎么打扮? 什么发型? 说得出来吗?

ก: ผมจำไม่ได้ครับ

甲: 我记不得。

ข: มีอาวุธหรือเปล่า

乙: 有凶器吗?

ก: พวกเขาถือมีดครับ

甲: 他们手里拿着刀。

ข: เป็นมีดแบบไหน ยาวเท่าไรครับ

乙: 是什么样式的刀? 有多长?

ก：ผมตกใจจนจำอะไรไม่ได้เลยครับ

甲：我当时吓得什么也记不清了。

ข：เขาได้พูดอะไรหรือเปล่า เป็นสำเนียงที่ไหนครับ

乙：他们说话了吗？哪个地方的口音？

ก：เขาพูดภาษาไทย แต่ไม่ทราบว่าสำเนียงที่ไหน

甲：他们说泰语，但不知道是哪儿的口音。

ข：ในเป้คุณมีอะไรบ้างครับ

乙：你背包里都有什么东西？

ก：มีกระเป๋าเงิน มีหนังสือเดินทาง มีโทรศัพท์มือถือ และหนังสือ ๓ เล่ม ในกระเป๋าเงินมีเงินสด ๓ พันกว่าบาท มีบัตรเดบิตของธนาคารกสิกรไทย หมายเลข ๐๐๓๐๒๐๑๐๑๓๐๑๙๗๑๔ ส่วนมือถือเป็นยี่ห้อโนเกีย

甲：有钱包、护照、手机，还有3本书。钱包里有3,000多铢现金，有泰国开泰银行的借记卡，卡号0030201013019714。手机是诺基亚牌的。

ข：ครับ มีอะไรเพิ่มเติมอีกไหม

乙：好的，还有什么补充的吗？

ก：ผมต้องการบันทึกการแจ้งความไปขอหนังสือเดินทางเล่มใหม่และบัตรธนาคาร ได้ไหมครับ

甲：我需要报案记录去补办护照和银行卡，可以吗？

ข：ได้ครับ

乙：可以的。

บทสนทนาที่ ๓ อุบัติเหตุรถชน
会话3 车祸

（ตำรวจสอบปากคำหลังเกิดเหตุรถชน）

（发生车祸后警察录口供。）

ก : คุณเป็นคนขับรถคันสีน้ำเงินใช่ไหมครับ

甲 : 您是蓝色车的司机吗?

ข : ใช่ครับ

乙 : 是的。

ก : ขอความร่วมมือให้ปากคำทำบันทึกหน่อยนะครับ คุณได้รับบาดเจ็บหรือเปล่าครับ

甲 : 请您配合我们做笔录。您受伤了吗?

ข : ไม่มีบาดเจ็บภายนอกครับ แค่ตกใจ

乙 : 没有外伤,只是被吓到了。

ก : ช่วยบอกชื่อและที่อยู่ด้วยครับ ขอดูใบขับขี่ด้วย

甲 : 请告诉我您的姓名和住址,并出示您的驾照。

ข : ผมชื่อเฉินเซิง พักอยู่บ้านเลขที่ ๑๖๖ ถนนชังกัง นี่ใบขับขี่ผมครับ

乙 : 我叫陈生,住在昌岗路166号。这是我的驾照。

ก : ครับ ใบขับขี่ไม่มีปัญหานะครับ ขณะเกิดเหตุ ในรถคุณมีผู้โดยสารอื่น
หรือเปล่าครับ

甲 : 好的,驾照没问题。发生车祸时,您的车上还有别的乘客吗?

ข : มีครับ ภรรยาผมและเพื่อนผู้หญิงคนหนึ่งครับ ภรรยาผมนั่งหลังไม่เป็นไร
แต่เพื่อนที่นั่งหน้า บาดเจ็บค่อนข้างหนัก เมื่อกี้รถพยาบาลมาพาไปโรง
พยาบาลแล้วครับ

乙 : 有的。我妻子和一位女性朋友。我妻子坐在后座没事,但坐在
前面的朋友受伤挺严重的。刚才救护车已经把她们带去医院。

ก : ตอนเกิดเหตุ เพื่อนคุณได้รัดเข็มขัดหรือเปล่า

甲 : 当时你们的朋友系安全带了吗?

ข : เปล่าครับ ผมเคยเตือนเขาแล้ว แต่เขาคิดว่าไปไม่ไกล ไม่น่าจะมีอะไร

乙 : 没有,我提醒过她的,但是她觉得路程不远,应该没事。

ก : บอกผมได้ไหมครับว่าเหตุเกิดอย่างไร

甲 : 您能告诉我事故怎么发生的吗?

ข : ผมขับมาตามทางหลัก แล้วก็มีรถพุ่งออกมาจากทางแยก มันเกิดขึ้น

เร็วมาก เขาชนผมแล้วผมถึงเห็นรถเขา

乙：我沿着主路行驶，突然有车从边道冲出来，事情发生得太快了，他撞上我后我才发现他的车。

ก：เมื่อกี้ผมสอบถามคนขับแล้ว เขาบอกว่าคุณขับเร็วเกินกำหนดใช่หรือเปล่า

甲：我询问了司机，他说您超速，是吗？

ข：เป็นไปไม่ได้ครับ เมื่อกี้มีคนแก่สองคนเดินข้ามถนน ผมได้จอดรถตรงทางม้าลาย จากที่นั่นมาถึงนี่ระยะทางแค่นี้ ผมจะเพิ่มความเร็วให้เร็วเกินไม่ได้ ความเร็วผมไม่เกิน ๔๐ กิโลเมตรแน่นอน

乙：绝对不可能！刚才因为有两位老人过马路，我在人行横道前停了下来，从那儿到这里的距离这么短，我不可能加速那么快，我的时速肯定不超过40公里。

ก：ขอความร่วมมือวัดแอลกอฮอล์หน่อยครับ

甲：请您配合我们做酒精含量检测。

ข：ไม่มีปัญหา ผมไม่ได้ดื่มเหล้าครับ

乙：没问题，我没有喝酒。

ก：ครับ เราต้องสำรวจที่เกิดเหตุก่อนถึงจะสรุปอะไรได้ คุณช่วยแจ้งตัวแทนประกันภัยของคุณให้มาด้วยนะครับ

甲：好的，我们还要进行现场勘查才能进行责任认定，请您通知保险公司理赔员过来。

ข：ได้ครับ

乙：好的。

บทสนทนาที่ ๔ การขอทำหนังสือเดินทางใหม่
会话4 申办新旅行证件

（คนจีนไปขอหนังสือเดินทางใหม่ที่สถานทูตจีนประจำประเทศไทยหลัง

จากหนังสือเดินทางหาย)

（中国公民护照丢失后，到中国驻泰大使馆申办新的旅行证件。）

ก： สวัสดีค่ะ หนังสือเดินทางของดิฉันหาย ดิฉันขอทำหนังสือเดินทางเล่ม
ใหม่ค่ะ

甲：您好！我的护照丢失了，我想申请一本新的护照。

ข： หนังสือเดินทางคุณหายได้ยังไง

乙：您的护照是怎么丢的？

ก： ดิฉันถูกขโมย ดิฉันมีใบแจ้งความ

甲：我被小偷掏包了，我有报案记录。

ข： คุณถือวีซ่าประเภทไหนเดินทางเข้าประเทศไทยครับ

乙：您是持什么签证入境的？

ก： วีซ่านักท่องเที่ยวค่ะ

甲：旅游签证。

ข： ถ้าเป็นวีซ่านักท่องเที่ยว จะขอหนังสือเดินทางเล่มใหม่ไม่ได้ ได้แค่ใบเดินทาง

乙：持旅游签证入境的话，不能补发新的护照，只能补发旅行证。

ก： ไม่ทราบว่าต้องการเอกสารอะไรบ้างคะ

甲：请问需要什么材料？

ข： คุณมีใบแจ้งความจากตำรวจแล้วใช่ไหมครับ

乙：您已经有警察的报失证明了是吗？

ก： ใช่ค่ะ

甲：是的。

ข： ขอดูฉบับจริง และขอสำเนาหนึ่งฉบับ

乙：请您出示原件，并交一份复印件。

ก： อยู่นี่ค่ะ

甲：给您。

ข： ครับ ผมคืนต้นฉบับให้นะครับ เก็บให้ดีนะครับ ตม. ไทยจะขอตรวจตอนที่
คุณเดินทางออก นอกจากนี้ คุณต้องเขียนบันทึกเป็นลายลักษณ์อักษรฉบับหนึ่ง

อธิบายเหตุที่ทำหายให้ชัดเจนนะครับ

乙：好的，原件还给您，请保管好，供泰国移民局在您出境时查

验。另外，请您再写一份书面报告，把丢失经过说明清楚。

ก：ได้ค่ะ

甲：好。

ข：หนังสือเดินทางที่คุณทำหาย คุณมีสำเนาไหมครับ

乙：您有丢失的那本护照的复印件吗？

ก：ไม่มีค่ะ

甲：没有。

ข：มีเอกสารสำคัญอย่างอื่นที่ยืนยันตัวคุณได้หรือเปล่าครับ ถ้าไม่มี เราจะ
ต้องตรวจสอบข้อมูลของคุณจากหน่วยงานที่เกี่ยวข้องภายในประเทศ
ก่อน จึงจะดำเนินการต่อไปได้ ในบันทึกที่คุณเขียน ต้องระบุหมายเลข
โทรศัพท์ที่ติดต่อได้ และที่อยู่ในประเทศจีนให้ถูกต้องชัดเจนนะครับ

乙：有别的身份证明吗？ 没有的话，我们须向国内有关部门核查您
的身份后，才能为您办理相关手续。在您的书面报告中，要注
明您的联系电话及完整准确的国内家庭住址。

ก：ดิฉันไม่มีเอกสารอย่างอื่นค่ะ

甲：我没有。

ข：คุณต้องกรอก "แบบฟอร์มขอหนังสือเดินทาง/ใบเดินทาง/ใบรับรอง
สำหรับการเดินทางกลับประเทศ" ฉบับนี้ด้วย และส่งรูปถ่ายหนังสือ
เดินทาง ๒ ใบ

乙：请您填写这张《护照/旅行证/回国证明申请表》，交两张护照照
片。

ก：ได้ค่ะ นี่ค่ะ ไม่ทราบว่าต้องใช้เวลานานเท่าไรกว่าจะได้คะ

甲：好的，给您。要多长时间才能办好？

ข：ต้องใช้เวลาทำงาน ๔ วันครับ

乙：需要4个工作日。

ก：ค่าใช้จ่ายเท่าไรคะ

甲：费用是多少？

ข：1000 บาท วันที่มารับเอกสารนะครับ ให้เอาสลิปนี้ไปจ่ายเงินที่
เคาน์เตอร์ ๑๔ แล้วรับเอกสารที่เคาน์เตอร์ ๑๒

乙：1,000泰铢，您来领证件时，请凭这张单子到14号柜台交费，然
后在12号柜台领证件。

ก：ค่ะ ขอบคุณค่ะ

甲：好的，谢谢您!

🎧 คำศัพท์ 词汇表

ฉุกเฉิน	紧急	ไฟไหม้	着火，火灾
กระชาก	抢夺，拽	ล้วง	掏
หน่วยกู้ภัย	救护队	รถดับเพลิง	消防车
รถพยาบาล	救护车	หมดสติ	昏迷不醒
สารพิษ	有毒物质	กล่องปฐมพยาบาล	急救箱
สังเกต	观察，注意	บันไดหนีไฟ	逃生梯
ทางออกฉุกเฉิน	紧急出口	ชัก	抽搐，痉挛
เสมหะ	痰	วิตก	担心
ให้ปากคำ	录口供	แอลกอฮอล์（alcohol）	酒精
สำรวจ	调查，勘察	แจ้งความ	报警
อายัด	冻结，停用	กระโจน	跳，猛向前扑
ใบเดินทาง	旅行证	ทางหลัก	主路
ทางแยก	辅路，边道	ทินเนอร์（thinner）	天那水
ลูกยาง	橡皮吸球	ดูด	吸
ผ้าห่ม	被子，被褥	คลุม	盖，披
สะพานลอย	天桥	เป้	背包

อาวุธ 武器

ใบขับขี่ 驾驶执照

เข็มขัด 安全带

ลายลักษณ์อักษร 书面，字面

สำเนียง 口音

รัด 系紧

ทางม้าลาย 斑马线

ข้อสังเกต 注释

1. รักษา 动词，主要有以下几个意思：

（1）“医治，医疗，治疗”。例如：

เขากำลังรักษาตัวอยู่ที่โรงพยาบาล 他正在医院接受治疗。

（2）“保卫，保持，保护，维持，维护”。例如：

ที่นี่มีเจ้าหน้าที่รักษาความปลอดภัยตลอด ๒๔ ชั่วโมง

这里24小时都有保安。

ขอให้นักเรียนทุกคนช่วยกันรักษาความสะอาดของห้องเรียน

请每位同学一起保持教室清洁。

เขาซ้อมวันละ ๘ ชั่วโมงเพื่อจะรักษาสถิติที่ตนสร้างไว้เมื่อปีที่แล้ว

为了保持去年他本人创下的纪录，他每天训练8小时。

（3）“遵守”。例如：

ไม่เพียงแต่นักเรียนเท่านั้น ครูก็ต้องรักษาเวลา ไม่มาสายเช่นกัน

不仅仅是学生，老师也同样要遵守时间，不迟到。

คนไม่รักษาสัญญา คือ คนที่เชื่อถือไม่ได้

不遵守诺言的人，是不可信的人。

2. รัด 动词，有以下几个意思：

（1）“系，栓，扎，束紧”。例如：

กรุณารัดเข็มขัดนิรภัยให้แน่น 请系好安全带！

เอาเชือกรัดไว้แล้วค่อยหามจะง่ายกว่าไหม

先用绳子捆住了再抬，会容易些吧？

รองเท้าคู่นี้รัดแน่นเกินไป　这双鞋子太紧了。

（2）“缠，缠绕”。例如：

งูรัดกิ่งไม้　蛇缠着树枝。

ช่วงนี้งานรัดตัว ไม่มีเวลาไปเยี่ยมพ่อแม่เลย

这段时间工作缠身，都没时间去看望父母。

（3）“拥，拥抱，抱紧”。例如：

เขากอดรัดลูกไว้ในอ้อมแขน　他把孩子紧紧地拥在怀里。

3. ลายลักษณ์อักษร 意思是“书面，成文”。例如：

โครงการนี้ได้รับความเห็นชอบจากที่ประชุมแล้ว หลังจากนี้ เราต้องเขียนแผนการดำเนินงานเป็นลายลักษณ์อักษรเสนอขึ้นไป

这个项目已经在会议上获得同意，接下来我们要把工作方案写成书面文字往上报。

บทความที่ส่งไปลงวารสารนั้น ทางวารสารได้ตอบรับกลับมาเป็นลายลักษณ์อักษรแล้ว

送去杂志社发表的文章，杂志社方面已经给书面答复了。

คุณยืนยันเป็นลายลักษณ์อักษรแล้วว่าจะชำระหนี้ภายใน 3 เดือน

您已经书面承诺三个月内还债。

คำศัพท์เพิ่มเติม　补充词汇

หัวแตก　头破

มีดบาด　刀割

เรือล่ม　翻船

ผายปอด　人工呼吸

ยอดผู้เสียชีวิต　死亡人数

คำให้การ　口供

ก่ออาชญากรรม　犯法

เลือดท่วมตัว　浑身是血

รถคว่ำ　翻车

จมน้ำตาย　溺水身亡

แผนกฉุกเฉิน　急救中心

แผ่นดินไหว　地震

ผิดกฎหมาย　违法

โทษฐานหมิ่นประมาท　诽谤罪

คดีลักทรัพย์ 盗窃案　　　　　　　คดีทำร้ายร่างกาย 人身伤害案
ผู้พิพากษาสมทบฝ่ายนายจ้าง 资方陪审员
ผู้พิพากษาสมทบฝ่ายลูกจ้าง 劳方陪审员
ยืนคำพิพากษาเดิม 维持原判　　　　ตัดสินขั้นสุดท้าย 终审判决

รูปประโยคเพิ่มเติม 句型拓展

ขอให้...ก็เป็นใช้ได้　　　　　只要……就行
จนถึงปัจจุบัน ...　　　　　　直到目前……，迄今为止……
มีพลังการแข่งขันมากกว่า...　　较……有竞争力
ถึงจะ...　　　　　　　　　　就算……，即使……
สนใจจะ...　　　　　　　　　有兴趣……

แบบฝึกหัด 练习

一、根据中文意思完成填空。

1. โรงเรียนปิด＿＿＿＿＿＿＿ น้ำท่วม
   学校因水灾而停课。

2. จดหมายฉบับนี้ไม่ได้＿＿＿＿＿＿＿ ชื่อ จึงไม่ทราบว่าเขียนถึงใคร
   这封信没有写名字，所以不知道是写给谁的。

3. พ่อ＿＿＿＿＿＿＿กุญแจออกจากกระเป๋าแล้วยื่นให้ผม
   爸爸从口袋里掏出钥匙递给我。

4. เราสงสัยว่านี่เป็นสินค้าลักลอบเข้าเมือง จึงขอ＿＿＿＿＿＿＿ไว้
   我们怀疑这些是走私货物，所以请求查封。

5. ช่วงนี้เกิดเหตุคนร้ายขับมอเตอร์ไซค์ย้อนศร＿＿＿＿＿＿＿
   สร้อยคอทองคำของผู้หญิงไปหลายราย
   这段时间发生了很多起劫匪骑摩托车逆行抢夺女性金项链的

案件。

6. ทางการอยากให้ชาวบ้านทำอะไร ก็ควรสั่งเป็น______________ ไม่ใช่แค่พูดลอย ๆ ผ่านสื่อ

政府方面希望百姓做什么，就应该通过书面文字下令，而不仅仅是对媒体随便说说而已。

7. เครื่องดื่มชนิดนี้มี______________เด็ก ๆ ไม่ควรดื่ม

这种饮料有酒精成分，小孩不应该喝。

8. วิตกไปก็ช่วยอะไรไม่ได้ เราทำใจให้สบายดีกว่า เผื่อจะนึก______________ได้บ้าง

担心也没有用，我们还是放松心情吧，说不定还能想起歹徒的一些特征。

9. ขอบคุณที่ให้______________ในการให้ปากคำ ถ้าเราต้องการข้อมูลเพิ่มเติม หวังว่าคุณจะกรุณาให้ความร่วมมืออีกนะคะ

谢谢您配合我们录口供，如果我们需要更多信息，希望您还能给予合作。

10. คนขับหลับในเป็นเหตุที่ทำให้เกิด______________นี้ขึ้น

司机打瞌睡是造成这次事故的原因。

11.ปวดศีรษะก็______________ที่ศีรษะ ปวดเท้าก็______________ที่เท้า

头痛医头，脚痛医脚。

二、翻译下列句子。

1. 我们要在通知中指定的时间前提交书面申请。

2. 学校禁止学生在没有家长看管的情况下去游泳。

3. 火势蔓延很快，最后我们是从逃生梯跑下来的。

4. 发生火灾或地震时，千万不要使用电梯。

5. 你在国外时，护照是非常重要的证件，千万要保存好，不要弄丢了。

6. 大使馆只能帮您通知您的家人，不能为您支付酒店和机票费用。

7. 我怀疑他手臂断了，你先别移动他的身体，等担架来吧。

8. 他已经不能自主呼吸了，请您为他做人工呼吸。

9. 你喝了酒就别开车了，要对你自己和别人的生命负责。

10. 心脏病人一般都会随身带有急救药。

三、用泰语模拟下列情景进行对话。

1. 宿舍发生火灾后，你向警察汇报你看到的情况。

2. 你被银行劫犯抓住做人质，你劝劫犯自首。

3. 银行卡被抢后到银行停卡并申请补办新卡，你和银行工作人员之间的对话。

ความรู้ที่เกี่ยวข้อง **常识**

中国驻泰国大使馆是中国在泰国首都派驻的常设外交代表机关。中国驻泰国使、领馆依法履行保护中国公民在泰国合法权益的职责，为在泰国的中国公民提供领事保护和服务是应尽的义务。但是，领事保护不能违反国际法和所在国法律。在很多情况下，使、领馆的工作主要是协助当事人维护自己的合法权益，而不是代替个人主张其权利。

领事官员可以为您做什么？

一、当您的合法权益在所在国受到侵害，或与他人发生民事纠纷，或涉及刑事案件，中国驻外使、领馆可以应您的请求推荐律师、翻译和医生，帮助您进行诉讼或寻求医疗救助。

二、可以在所在国发生重大突发事件时，为您撤离危险地区提供咨询和必要的协助。

三、可以在您被拘留、逮捕或服刑时，根据您的请求进行探视。

四、可以在您遭遇意外时，协助您将事故或损伤情况通知国内亲属。

　　五、可以在您遇到生计困难时，协助您与国内亲属联系，以便及时解决费用问题。

　　六、可以协助您寻找失踪或久无音讯的亲友。您提出请求时须提供被寻人员的详细信息。

　　七、可以根据中华人民共和国有关法律和法规为在国外合法居留的中国公民颁发、换发、补发旅行证件及对旅行证件上的相关资料办理加注。

　　八、可以为遗失旅行证件或无证件的中国公民签发旅行证或回国证明。

　　九、可以根据中华人民共和国有关法律、法规和相关国际条约为中国公民办理有关文件的公证、认证；在与所在国的法律规章不相抵触的情况下办理中国公民间的婚姻登记手续（注：不能直接认证中国国内公证机关出具的公证书，也不能为中国国内有关机关出具的其他证书或文书办理公证）。

参考答案

第十五课

一、1. จบ　2. เอก　3. อธิบาย　4. คณะ　5. ตั้งใจ เพื่อ

二、1. ฉันกำลังจะไปเรียนต่อที่เมืองไทย　2. วันนี้ผมมีเรียนสามคาบ　3. โรงเรียนเปิดสอนวิชาอะไรบ้าง　4. ดิฉันเป็นนักศึกษารุ่น ๒๐๑๔　5. ฉันกำลังเรียนปริญญาโทสาขาภาษาศาสตร์　6. อยากเรียนต่อที่เมืองจีนไหม　7. รุ่นพี่ดูแลรุ่นน้องเป็นอย่างดี　8. เทอมหนึ่งต้องเรียน ๑๒ หน่วยกิต　9. ภาควิชาภาษาอังกฤษอยู่คณะภาษาต่างประเทศ　10. ทำไมคุณเลือกเรียนภาษาจีนคะ

第十六课

一、1. เลย　2. ก่อน แล้วค่อย　3. มีประโยชน์ต่อ　4. ตกรอบ　5. ที่ นั้น ก็เพราะว่า นั่นเอง

二、1. งานกีฬาของมหาวิทยาลัยปีนี้ คุณแข่งอะไรมาคะ　2. คุณคิดว่าการแข่งขันพรุ่งนี้ทีมไหนจะชนะคะ　3. หมู่นี้ยุ่งมาก ผมไปเล่นเทนนิสได้เฉพาะวันเสาร์อาทิตย์　4. เขาเคยเข้าร่วมงานกีฬาโอลิมปิกปี ๒๐๑๒　5. ผมชอบว่ายน้ำเพราะจะช่วยลดน้ำหนักได้มาก　6. ข้างล่างนั่มเต้นแอโรบิก ไปเต้นด้วยกันไหมคะ　7. ต้องออกกำลังกายทุกวันสุขภาพจะได้แข็งแรง　8. ไปยืดเส้นยืดสายกันไหม นั่งทำงานมาทั้งวัน　9. คุณตีปิงปองเป็นไหม　10. การออกกำลังกายอย่างสม่ำเสมอ มีประโยชน์ต่อร่างกาย

第十七课

一、1. เอง/เท่านั้นเอง　2. เอง　3. ด้วย　4. นี่เอง/นั่นเอง　5. ด้วย　6. ด้วย

二、1. กรุงเทพฯ เป็นเมืองหลวงของประเทศไทย　2. พรุ่งนี้เราจะไปชมสวนหยีหอหยวน　3. วัดพระแก้วเป็นสัญลักษณ์ของประเทศไทย　4. ช่วงปิดเทอมผมไปเที่ยวเชียงใหม่มา　5. ผมจะไปต่างประเทศเดือนหน้า คุณแม่ก็จะไปด้วย　6. เรากำลังจะถึงตลาดน้ำนะคะ เรามีเวลาชม ๑ ชั่วโมง　7. ผมไปเที่ยวภูเก็ตมา ไปกับทัวร์　8. นั่งรถไฟจะประหยัดกว่า แถมได้ดูวิวด้วย　9. ช่วยเล่าประวัติพระบรมมหาราชวังหน่อยได้ไหมคะ　10. หัวข้อของงานแสดงสินค้าและบริการ

ด้านการท่องเที่ยวครั้งนี้คืออะไร

第十八课

一、1. เที่ยว 2. ตั้ง 3. จอง 4. เสีย 5. เสีย

二、1. ขอจองตั๋วรถไฟตู้นอนชั้นสองกรุงเทพฯ–เชียงใหม่ ๒ ใบครับ 2. ค่ารถคนละเท่าไรคะ 3. จากที่นี่ไปสนามหลวงนั่งรถเมล์สายไหน 4. ไม่ทราบว่าห้องขายตั๋วอยู่ที่ไหนคะ 5. รถจะจอดทุกสถานีหรือเปล่าคะ 6. รถไฟจะดีเลย์ ๒ ชั่วโมงค่ะ 7. จากที่นี่ไปพิพิธภัณฑ์ต้องนั่งกี่ป้ายครับ 8. ดิฉันจะลงสถานีต่อไปค่ะ 9. เครื่องบินออกไม่ตรงเวลาบ่อย ๆ 10. เที่ยวบินจากกรุงเทพฯ ไปหนานหนิงมีอาทิตย์ละสองเที่ยว

第十九课

一、1. ฉาย 2. เผื่อ 3. เรื่อยๆ 4. ยกเว้น 5. เรื่อง

二、1. คุณไม่ชอบหนังสือเล่มนี้เหรอ น่าอ่านมากนะ 2. เขาติดหนังเรื่องนี้มาก 3. หนังเรื่องนี้คืนนี้มีกี่รอบคะ 4. ทุกคนต่างก็ชอบดูหนังผจญภัย ยกเว้นเธอ 5. เขาจะมาจัดคอนเสิร์ตในนครหนานหนิงปีหน้า 6. คุณชอบนักร้องคนไหนบ้างคะ 7. เมื่อก่อนผมชอบฟังเพลงป๊อป แต่ตอนนี้ชอบฟังเพลงแจ๊ส 8. หนังเรื่องนี้ถ่ายทำที่ประเทศไทย 9. ตอนนี้ “Life of Pi” กำลังฮิตอยู่ 10. หนังสือเล่มนี้เขาแนะนำให้ผมอ่านครับ

第二十课

一、1. ไว้ 2. แค่ 3. คนละ 4. ต้องการ 5. ครบ

二、1. ทรงนี้ดูแลง่าย 2. อีกสองเดือน เขาจะครบ ๖ ขวบ 3. คุณชอบทาเล็บสีอะไรคะ 4. คุณน่าจะบำรุงผมเป็นประจำ 5. ดิฉันอยากจะดัดผม ย้อมเป็นสีเหลืองด้วย 6. ฉันไม่ชอบไว้ผมยาว อยากตัดผมสั้นค่ะ 7. ปกติคุณบำรุงผมอย่างไรคะ 8. ผมตรงไม่เหมาะกับฉัน ฉันชอบผมหยิกค่ะ 9. ต้องการนวดหน้าไหมคะ 10. ฉันตัดผมสั้นหรือไว้ผมยาวสวยกว่ากันคะ

第二十一课

一、1. หาย 2. ตรง 3. อยู่โรงพยาบาล 4. ปวด/เจ็บ 5. เวลา

二、1. คุณแพ้ยาอะไรหรือเปล่าคะ 2. ยานี้ให้ทานวันละ ๓ ครั้ง ครั้งละ ๒ เม็ด 3. ผมจะออกใบรับรองแพทย์ให้ครับ 4. คอของคุณอักเสบนิดหน่อย ดื่มน้ำมาก ๆ พักผ่อนเยอะ ๆ 5. คุณหมอคะ ยานี้ต้องกินก่อนอาหารหรือหลังอาหารคะ 6. เมื่อคืนผมมีไข้สูงถึง ๓๙ องศา แต่ตอนนี้ค่อยยังชั่วแล้วครับ 7. คุณต้องไปเอกซเรย์และ

ตรวจเลือดก่อนนะคะ   8. คุณหมอครับ ผมเป็นอะไรครับ   9. ขอดูคอหน่อยครับ

10. อย่าลืมกินยาแก้อักเสบนะคะ

第二十二课

一、1. ดำเนิน   2. อย่าง   3. ตั้งใจ   4. กะทันหัน   5. ประสบ

二、1. ขอโทษนะคะที่ทำให้เป็นห่วง   2. ขอบคุณที่เชิญนะครับ แต่ไปไม่ได้จริงๆ
ต้องขอโทษด้วย   3. ขอเชิญดื่มเพื่อสุขภาพของเรานะครับ   4. ขอบคุณที่ช่วยเหลือดิฉัน
มาโดยตลอดนะคะ   5. ขอบคุณนะคะที่ให้เกียรติมาร่วมงานวันนี้   6. ขอให้หายวันหายคืน
7. ขอโทษค่ะ ดิฉันไม่ได้ตั้งใจค่ะ   8. ดูแลตัวเองและคุณพ่อคุณแม่ให้ดี ๆ นะ
9. ขอให้สมความปรารถนาทุกประการ   10. ขอโทษครับที่ทำให้คุณต้องลำบาก

第二十三课

一、1. ต่อ   2. แสดง   3. จบ   4. ผ่าน   5. เหมาะ

二、1. ผมจบวิชาภาษาไทยมาครับ   2. คุณรู้อะไรเกี่ยวกับบริษัทเราบ้าง
3. เวลาเขียนประวัติส่วนตัว ควรระวังอะไรบ้างคะ   4. เรามีสวัสดิการให้ เบิกค่ารักษาพยาบาลได้
5. คุณคาดหวังเงินเดือนเท่าไรครับ   6. ผมเคยฝึกงานที่โรงแรม Four Seasons   7. ผมทราบข่าว
งานนี้มาจากหนังสือพิมพ์ครับ   8. ผมทำงานร่วมกับคนอื่นได้   9. ทำไมไม่เลือกงานที่ตรงกับที่
เรียนมาละคะ   10. งานนี้ไม่เหมาะกับผมเลย ผมอยากจะเปลี่ยนงานครับ

第二十四课

一、1. เฉพาะ   2. ด้าน ด้าน   3. ช่าง   4. เรียบร้อย   5. ตรงเวลา

二、1. มีรายได้มาก ก็ต้องเสียภาษีมาก   2. ผมเพิ่งมาทำงานที่บริษัทนี้
3. งานนี้ยากไปหน่อยสำหรับฉัน อาจจะทำไม่เสร็จภายในอาทิตย์นี้   4. ผมขอพูดเข้าเรื่องเลยนะครับ
เรามีเวลาไม่มาก   5. บริษัทคุณให้เบิกค่ารถหรือเปล่าครับ   6. ขอโทษนะคะ ไม่ทราบว่าห้องทำงาน
ของผู้จัดการอยู่ไหนคะ   7. คืนนี้ผมไม่อยากทำงานล่วงเวลา   8. แม้ผมขาดประสบการณ์ในด้านนี้
แต่ผมสนใจงานนี้มาก   9. ผมหวังเป็นอย่างยิ่งว่าคงมีโอกาสได้ทำงานที่บริษัทท่าน
10. ผมพอใจงานของคุณมาก หวังว่าคุณจะพยายามต่อไป

第二十五课

一、1. ถนัด   2. ทาง   3. ทั้ง   4. ทาง   5. จัดการ

二、1. คุณช่วยโหลดข้อมูลให้หน่อยได้ไหมคะ   2. คุณมีอีเมลไหม ต้องลงทะเบียน

ทางอีเมลก่อน ถึงจะใช้ได้ 3. ผมไม่ได้รับอีเมลที่คุณส่งเลย 4. ทรัมไดรฟ์ของคุณอาจจะติดไวรัสแล้ว 5. ใคร ๆ ก็สนใจการเปิดร้านขายของออนไลน์ 6. คอมพิวเตอร์ของฉันเสีย อยากจะเปลี่ยนคอมพิวเตอร์ใหม่ค่ะ 7. โน้ตบุ๊กรุ่นนี้เล่นเน็ตเร็ว เบาและบาง รูปแบบสวยด้วย 8. ผมติดตั้งระบบใหม่ไม่เป็นครับ 9. กระโปรงนี้ฉันซื้อออนไลน์ ถ้าคุณชอบฉันจะส่งเว็บไซต์ไปให้คุณค่ะ 10. จอภาพเสียหรือครับ ไม่เห็นมีอะไรขึ้นมาเลย

第二十六课

一、1. พลาด 2. บรรจุ 3. ขึ้นอยู่กับ 4. ถ้า 5. ระยะยาว

二、1. ขอทราบปริมาณการสั่งซื้อขั้นต่ำของแต่ละสีและแต่ละลายด้วยค่ะ 2. ถ้าฝ่ายเราสั่งซื้อเป็นจำนวนมาก ฝ่ายท่านจะลดให้ได้มากน้อยเท่าไรคะ 3. ราคาวัตถุดิบเพิ่ม เราจึงต้องปรับราคาขึ้น 4. เราจะจัดการเรื่องขนส่งหลังจากได้รับ LC ของท่าน 5. ในบรรดาผลิตภัณฑ์ชนิดเดียวกัน ราคาสินค้าของเราสมเหตุสมผลที่สุด 6. ผมหวังว่าสินค้างวดนี้จะส่งถึงเราภายในปลายเดือนสิงหาคม 7. คุณภาพผลิตภัณฑ์ไม่เป็นมาตรฐาน ทำให้บริษัทเราได้รับความเสียหายอย่างมาก เราหวังว่าบริษัทท่านจะชดใช้ความเสียหายที่เกิดขึ้น 8. ถ้าท่านยังไม่มีตัวแทนจำหน่ายในประเทศไทย เราสนใจที่จะเป็นตัวแทนเพียงรายเดียวของท่าน 9. พนักงานของบริษัทเราได้รับการอบรมอย่างดี มีประสบการณ์เสนอขายที่หลากหลาย 10. คำขอของท่านที่จะเป็นตัวแทนเพียงรายเดียวนั้น เรากำลังพิจารณาอยู่ ถ้าเป็นไปได้ เราอยากทราบแผนการขายสินค้าของท่าน

第二十七课

一、1. ขอแนะนำให้ 2. ภายใน 3. ระหว่าง 4. แทนที่ด้วย 5. หลายปีที่ผ่านมา

二、1. ในงานเอ็กซ์โปครั้งนี้ มีบู้ธของกลุ่มประเทศอาเซียนมากถึง ๑,๐๐๐บู้ธ คิดเป็นหนึ่งในสามของบู้ธในงาน 2. นอกจากสมัครออนไลน์แล้ว ยังมีช่องทางอื่นที่จะสมัครเข้าร่วมงานเอ็กซ์โปหนานหนิงไหม 3. ผมอยากจะขอหนังสือเชิญไปร่วมงานนิทรรศการ ๕ ใบ 4. นอกจากจองบู้ธให้ท่านแล้ว เรายังรับจองตั๋วเครื่องบินไปกลับประเทศไทยเพื่อเข้าร่วมงานให้ท่านได้ 5. ผมสนใจเครื่องจักแปรรูปผลไม้ อยากจะดูการสาธิต ไม่ทราบว่าโซนไหนมีผลิตภัณฑ์ชนิดนี้ครับ 6. ประเทศไทยอยู่โซน ๓ ชั้น ๒ ท่านขึ้นลิฟต์แล้วเดินต่ออีก ๓๐ เมตร บู้ธอยู่ด้านขวามือค่ะ 7. ขอรายการสินค้าที่ระบุราคาด้วยได้ไหมคะ 8. โรงงานส่วนใหญ่ผลิตได้เป็นจำนวนมากเพราะใช้เครื่องจักรสลัก แต่เรายังคงการสลักด้วยฝีมือช่าง

ดังนั้นทุกลวดลายจึงไม่ซ้ำใคร 9. ถ้าท่านสนใจ ขอเชิญเยี่ยมชมโรงงานของเรา เพื่อจะได้รู้จักผลิตภัณฑ์ของเราให้ดีขึ้น 10. เรารอคำตอบจากท่านนะครับ และหวังว่าจะได้ทำธุรกิจร่วมกัน

第二十八课

一、1. ฝากประจำ 2. ขึ้นไป 3. ประกอบ 4. รหัสผ่าน 5. อู่ซ่อมรถ/อู่ซ่อมรถ 6. เห็นชอบ 7. ข้อความ 8.สำรอง

二、1.ไม่ทราบว่าคุณมีบัญชีอยู่ธนาคารเราหรือเปล่าคะ 2.ผมขอแลกแบงค์ร้อยหนึ่งหมื่นบาท ไม่ทราบว่ามีไหมครับ 3.ชาวต่างชาติขอทำบัตรเครดิตมีเงื่อนไขอะไรบ้าง 4.ช่วยบอกผมหน่อยว่าจะโอนเงินผ่านธนาคารออนไลน์ได้อย่างไร 5.ไม่ทราบว่าดอกเบี้ยบัญชีออมทรัพย์กับบัญชีฝากประจำต่างกันเท่าไร 6.บัตรเดบิตเบิกเงินเกินยอดเงินไม่ได้ บัตรเครดิตเบิกเกินได้ 7.ผมต้องการใบรับรองแพทย์ไปขอลาป่วยและขอเบิกจ่ายกับบริษัทประกันภัย 8. ค่าใช้จ่ายของคุณรวมเป็น ๒,๓๐๐ บาท ประกันช่วยจ่าย ๑,๕๐๐ บาทแล้ว คุณยังต้องจ่ายเพิ่มอีก ๘๐๐ บาท 9. ผู้เสียหายเรียกร้องค่าทำขวัญ ๑ แสนบาท 10. ปกติซื้อประกันภัยจะต่อรองราคาไม่ได้

第二十九课

一、1. ไม่น้อยกว่า, อย่างน้อย 2. ตามข้อกำหนด 3. ถ้าหาก, ใบอนุญาต 4. ของต้องห้าม 5. ใบแจ้งศุลกากร, สำแดง

二、1. กรุณากรอกที่อยู่ชั่วคราวลงแบบฟอร์มตรวจคนเข้าเมือง 2. ช่วยโชว์ใบแจ้งศุลกากรของคุณด้วย 3. คุณเดินทางมาประเทศไทยทำอะไร 4. วีซ่าที่ผมขอเป็นวีซ่าท่องเที่ยว ไม่ทราบว่าจะอยู่ในประเทศไทยได้กี่วัน 5. เหตุผลที่สอบไม่ผ่านมีเยอะแยะมากมาย แต่ช่องทางที่จะสอบได้ที่หนึ่งมีเพียงทางเดียว คือความขยัน 6. ช่วยบอกเพื่อนห้องคุณว่าพรุ่งนี้งดวิชาการฟัง 7. ตามข้อกำหนดของมหาวิทยาลัย นักศึกษาต้องเรียนครบ ๑๗๒ หน่วยกิตจึงสำเร็จการศึกษาได้ 8. ก่อนขอวีซ่า ขอให้ตรวจดูว่าหนังสือเดินทางของคุณมีอายุมากกว่า ๖ เดือน 9. ก่อนอื่นผมต้องขอขอบคุณคุณพ่อคุณแม่ ถ้าท่านไม่เข้าใจและสนับสนุนผม ผมก็คงไม่มีวันนี้ 10. เวลาคุณรู้สึกน้อยใจ คุณคิดจะระบายความในใจกับใครก่อน

第三十课

一、1. เนื่องจาก 2. ระบุ 3. ล้วง 4. อายัด 5. กระชาก 6. ลายลักษณ์อักษร 7. แอลกอฮอล์ 8. ลักษณะของผู้ร้าย 9. ความร่วมมือ 10. อุบัติเหตุ 11. รักษา

二、 1. เราต้องส่งคำร้องภายในวันเวลาที่ระบุไว้ในประกาศ   2. ทางโรงเรียนห้าม
นักเรียนไปว่ายน้ำโดยไม่มีผู้ปกครองดูแล   3. เปลวไฟลามมาเร็วมาก ในที่สุดเราก็วิ่งลงมาจาก
บันไดหนีไฟ   4. เวลาเกิดไฟไหม้หรือแผ่นดินไหว ห้ามใช้ลิฟต์เด็ดขาด   5. เวลาคุณอยู่
ต่างประเทศ หนังสือเดินทางเป็นเอกสารสำคัญยิ่ง ต้องเก็บรักษาให้ดี อย่าทำหาย   6. ทางสถานทูต
ช่วยแจ้งให้ทางบ้านคุณทราบได้อย่างเดียว ไม่สามารถสำรองจ่ายค่าโรงแรมหรือค่าตั๋วเครื่องบินให้ได้
7. ผมสงสัยว่าแขนเขาหัก คุณอย่าขยับตัวเขาจะดีกว่า รอคานหามมาก่อนเถอะ   8. เขาไม่สามารถ
หายใจด้วยตัวเองได้แล้ว คุณช่วยผายปอดให้เขาหน่อย   9. คุณดื่มเหล้าแล้วก็อย่าขับรถเลย ต้องรับ
ผิดชอบชีวิตตัวเองและชีวิตผู้อื่นด้วย   10. ปรกติผู้ป่วยโรคหัวใจจะมียาฉุกเฉินติดตัว